एवढेच फक्त सांगता येते

संदेश ढोले

notionpress
.com
INDIA • SINGAPORE • MALAYSIA

Copyright © Sandesh Dhole 2023
All Rights Reserved.

ISBN 979-8-88975-533-3

This book has been published with all efforts taken to make the material error-free after the consent of the author. However, the author and the publisher do not assume and hereby disclaim any liability to any party for any loss, damage, or disruption caused by errors or omissions, whether such errors or omissions result from negligence, accident, or any other cause.

While every effort has been made to avoid any mistake or omission, this publication is being sold on the condition and understanding that neither the author nor the publishers or printers would be liable in any manner to any person by reason of any mistake or omission in this publication or for any action taken or omitted to be taken or advice rendered or accepted on the basis of this work. For any defect in printing or binding the publishers will be liable only to replace the defective copy by another copy of this work then available.

गुलामगिरीच्या विरोधात लढणाऱ्या जगभरातील साथीदारांना...

एवढेच फक्त सांगता येते

संदेश ढोले

उमरसरा जुना

दाते कॉलेज रोड, यवतमाळ

-४४५००१

प्रकाशक : notionpress.com

(c) संदेश ढोले

यशोधरा ढोले

उमरसरा जुना

दाते कॉलेज रोड, यवतमाळ

-४४५००१

प्रथमावृत्ती : एप्रिल २०२३

मुद्रितशोधक : विजयकुमार गाडगे

EVADHECH FAKT SANGATA YETE

Marathi Poetry

Sandesh Dhole

मूल्य : Rs. 165

ISBN 979-8-88975-533-3

पूर्वप्रसिद्धी : तरुण भारत, लोकमत, लोकसत्ता, जनवाद, बहुजन नायक, लोकदूत,

दारव्हा टाईम्स, अक्षरवैदर्भी, समुचित, ऋतुगंध, अस्मितादर्शी, मुक्तमंथन

अनुक्रम

काव्यकार संदेश ढोले यांची कविता ९

संवेदनाच्या सौंदर्याचा सृजनात्मक आविष्कार वर्धित करणारी कविता १५

कविताविषयक दृष्टिकोन १९

१. चेहरा २३

२. ऋतू २४

३. धूरवादळ २५

४. प्रश्नकविता २७

५. वस्ती २९

६. मृत्यूचा धाक ३१

७. पाझर ३२

८. जाग येऊ दे जगाला ३४

९. वारे गुलामीचे ३५

१०. पाऊल पुढचे टाका ३६

११. लढा ३८

१२. कफल्लक रस्ता ४०

१३. शिवार वस्त्यांचे ४१

१४. युद्धभेट ४३

१५. मुक्तीसाठी ४५

१६. हे भारत देशा ४६

१७. एक रस्ता ठेवू ४७

१८. अंधार ४८

५

१९. एवढेच फक्त सांगता येते	४९
२०. लढू पुन्हापुन्हा	५२
२१. जग बदललं पाहिजे	५३
२२. भेदभाव	६३
२३. पृथ्वी	६४
२४. बा! आंबेडकरास...	६५
२५. गुलामांच्या घरी	६६
२६. सिंहावलोकन	६७
२७. चाल आता मानवा	७०
२८. देशबांधव	७१
२९. हीरक	७३
३०. युध्दाची ही वेळ	७५
३१. संदर्भ २६ जानेवारीचा	७७
३२. पर्वताची स्थितप्रज्ञता	७८
३३. बाजारबुणगे	७९
३४. मार्ग तो बुध्दाचा	८२
३५. गर्दी	८३
३६. जग	८५
३७. आपली लढाई	८६
३८. वेळीच सावध झालेले बरे	८८
३९. विषमता	९१
४०. संस्कृतीची लढाई	९२

४१. भूकंप ९४

४२. वेचलेले कागदी पुरावे ९५

४३. प्रकल्प ९७

४४. प्रवाही ९७

४५. गती ९९

काव्यकार संदेश ढोले यांची कविता

काव्यकार संदेश ढोले यांची कविता ‘एवढेच फक्त सांगता येते’ आत्ताच वाचून निवांतता अनुभवतो आहे. आम्हाला वाटले निवांतता अनुभवतो आहोत पण मेंदू निवांतता अनुभवत नव्हता. तो कविता अनुभवत होता. आणि आम्हाला पुन्हापुन्हा सांगत होता -

"फिनिक्सची राख
जपून ठेवावी
युद्धेच भेटावी
क्षणोक्षणी ||५||"

(युद्धभेट : पृ.४३)

काव्यकार संदेश ढोले यांची इच्छाशक्ती भन्नाट आहे. युद्धेच भेटावी क्षणोक्षणी! ही इच्छा सामान्य योद्ध्याची नव्हे! त्याला खात्री आहे प्रत्येक युद्ध 'फिनिक्स' च्या जिद्दीनं लढलं जाईल! तशी युद्धे राखेचीच निर्मिती करतात पण ही राखच नव्या फिनिक्स पक्षांची उभारी नि भरारी ठरते. आणि म्हणूनच तर काव्यकार म्हणतो -

"लढलो हारलो
हारलो जिंकलो!
ऊर्मिने भारलो
सदोदित ||४||"

(युद्धभेट : पृ.४३)

उगाच नाही म्हटलं जात... 'रात्रंदिन आम्हा युद्धाचा प्रसंग' माणूस जीवन जगतो. ते जगताना रोज त्याला पोटासाठी कष्टावं लागतं. तरच कच्याबच्यांच्या पोटात चार घास पडतात. या चार घासांसाठी रोजच युद्ध खेळावं लागतं. तरच जगणं सुखकर होतं. आणि या सुखासाठी काव्यकार थेट संसदेचं दार ठोठावतो -

"प्रश्न भाकरीचा
सोडवावा साधा
करा दूर बाधा
संसदेत ||२||"

(मुक्तीसाठी : पृ.४५)

रोज लढूनही-कष्ट करूनही भाकरीचा प्रश्न सुटत नसेल तर संसदेत बसलेलं सरकार काय करतं! संसदेत आम्ही जे प्रतिनिधी निवडून पाठवले, ते काय केवळ संसदेतील खुर्ची उबवण्यासाठी? ते आमचे जगण्याचे प्रश्न सोडवणार नसतील तर -

"एकटे दुकटे
लढायचे नाही
सोडायचे नाही
संघटन ||४||"

(मुक्तीसाठी : पृ.४५)

आपला हक्क... अन्न – वस्त्र – निवारा – शिक्षण - आर्थिक संपन्नता – समता- स्वातंत्र्य... सगळं संघटितपणे लढून मिळवायला हवे. ते मिळवणं एकट्या दुकट्याचे काम नव्हे! म्हणून संघटन महत्त्वाचे. पण आता संघटनेचे तीनतेरा कधीच वाजलेत. एकही नेता नाही लढायला. कुणाला साद घालावी लढण्यासाठी हा काव्यकाराचा प्रश्न. काव्यकार दशदिशात शोध घेतो आहे. पण त्याला कुणीच आईची ममता असलेला दिसत नाही. दिसतात ते लुटून खाणारे लुच्चे. काव्यकार विचारमग्न होतो तेव्हा त्याला काय दिसतं -

"अडलो नडलो
आहे तुझी साथ
पकडतो हाथ
भीमबाचा ||३||"

(एक रस्ता ठेवू : पृ.४७)

जेव्हा - केव्हा माझी कोंडी झाली, मार्ग दिसेनासा झाला. तेव्हा-तेव्हा भीमबाच्याच हाताची साथ मिळाली आणि ही साथही किती भरभक्कम! आणि विश्वास किती अढळ! मग तोच काव्यकार सर्वांना सांगत सुटतो -

"निराश हताश
होऊ नका सारे
बुद्ध दिला नारे
भीमबाने ||४||"

(एक रस्ता ठेवू : पृ.४७)

महाडच्या चवदार तळ्यानं वाढवलेला दुर्दम्य आशावाद... एकेक युद्ध जिंकत हा आशावाद विस्तीर्ण होत गेला. इतका विस्तीर्ण की नागांची नागभूमी नागपूर, नागनदीच्या तिरावर वसलेलं... एका क्षणात बुद्धमय झालं. ही किमया डॉ. बाबासाहेब आंबेडकरांची... आणि म्हणून काव्यकार म्हणतोय -

"बाबासाहेब
तुमची खूप आठवण येते"

(एवढेच फक्त सांगता येते : पृ.४९)

आणि या आठवणीत काव्यकाराला काय काय आठवतं? काय आठवत नाही?... सारं सारं आठवतं...

"तुम्ही भारतीय रिपब्लिकन पक्ष दिला
तुम्ही भारतीय बौद्ध महासभा दिली
तुम्ही समता सैनिक दल दिलं"

(एवढेच फक्त सांगता येते : पृ.४९)

अतिशय महत्त्वाच्या या तीन संघटना ज्या डॉ. बाबासाहेब आंबेडकरांनी समाजाला - राष्ट्राला दिल्या. त्या संघटनांचं काय झालं. त्यांच्याच अनुयायांनी मोडून खाल्ल्या. भारतीय रिपब्लिकन पक्षाचे किती तुकडे? मोजायला हाता पायाची बोटंही पुरणार नाही. इतके तुकडे! भारतीय बौद्ध महासभेला रिपब्लिकन पक्षाचं राजकीय बळ मिळालं असतं तर भारत बौद्धमय करण्याचं डॉ. बाबासाहेब आंबेडकरांचं स्वप्न पूर्ण करण्याच्या दिशेनं एक पाऊल पुढे पडलं असतं. आणि या पुढं पडणाऱ्या पावलांच रक्षण करण्याचं काम समता सैनिक दलाला करता आलं असतं. पण या तीनही संघटना असून नसल्यासारख्याच आहेत. या संघटना नसल्याचा परिणाम... काव्यकार त्याच्याच शब्दात सांगतो -

"तुम्ही बुद्ध आणि त्याचा धम्म दिला
किती पाळतो
कसा पाळतो
सांगता येत नाही
बाबासाहेब

तुमची खूप आठवण येते
तथागताने शील सांगितले
किती पालन करतो
तथागताने समाधी सांगितली
तथागताने प्रज्ञा सांगितली
तथागताने अष्टांगिक मार्ग दिला
तथागताने अत्त-दीप-भव म्हटलं
तथागताने सापेक्ष कार्यकारणभाव सांगितला
तथागताने निर्वाण सांगितलं
पण कोणाला मिळालं?
बाबासाहेब
तुमची खूप आठवण येते
एवढेच फक्त सांगता येते"

(एवढेच फक्त सांगता येते : पृ.४९)

राखेतून उभं राहणाऱ्या फिनिक्स पक्षाची जिद्द इथं हतबल झालेली दिसते. पण ते तसे नाही. कारण, 'युद्धेच भेटावी क्षणोक्षणी!' अशी काव्यकाराची इच्छा आहे. समोर युद्धाची आव्हानं असली तरच लढायला हुरूप येतो. पण लढाई केवळ मैदान - ए - जंग मधीलच नसते. ती मानसिकही असते. आणि मैदान - ए - जंग पेक्षा मानसिक जंग जिंकणं नेहमीच श्रेष्ठ होय. जी बुद्धानं जिंकली 'बोधी' मिळवून.

जगात दुःख आहे. मग दुःखाला कारणही असेल? कारण असेल तर ते कारण समजलं पाहिजे. मग ते दुःख दूर करण्याचा मार्गही मिळेल, असे विचार पिंपळवृक्षाखाली चिंतनात असलेल्या सिद्धार्थास पडू लागले नि मग दुःख दूर करण्याचा मार्ग बुद्धाला सापडला... अष्टांगमार्ग, दहा पारमिता, त्रिशरण - पंचशील... नि यातूनच तथागत बुद्धाला गवसलं आणखी एक सत्य, "हे जग अनित्य आहे." आणि या अनित्य जगाचे रहिवासी काव्यकार संदेश ढोले सहज लिहून जातात -

"शुद्ध करू मन

>होई जग शुद्ध
>
>एकलाच बुद्ध
>
>ध्यानीमनी ||५||"
>
>(जग : पृ.८५)

ध्यानीमनी बुद्ध... केवळ तथागत बुध्द असणाऱ्या काव्यकाराला मग बुध्दाप्रमाणेच प्रश्न पडू लागतात -

>"गरिबी नित्य आहे अनित्य आहे की सापेक्ष?
>
>भूक नित्य आहे, अनित्य आहे की सापेक्ष?
>
>अब्रूलूट नित्य आहे, अनित्य आहे की सापेक्ष?
>
>माणूस आपल्या हिताला कायम करण्यासाठी
>
>अनित्याला नित्य सापेक्षाला निरपेक्ष
>
>बनविण्यासाठी तर जगत नाही?"
>
>(देशबांधव : पृ.७१)

जग अनित्य आहे. सतत बदलत असतं. वृक्षाला पानं येतात. फुलं येतात. फळं येतात. आणि वातावरण बदलतं तसे गळून पडतात. मग पुन्हा नवी पालवी. हे जग अखंड - मोसम - दर - मोसम बदलत राहतं. निसर्गाप्रमाणे माणसंही बदलतात. परिस्थिती सापेक्षतेनं बदलतात. दुःखमुक्त सुखाकडे झेपावतात. पण एक आहे; हे सुख निरपेक्षतेनं अनुभवलं पाहिजे. निरपेक्षतेनं अनुभवलेलं सुख अधिक आनंदमयी असतं.

काव्यकाराच्या लेखणीला मुक्तछंदाचा भारी छंद आहे. पण काव्यात्मकतेपेक्षा गद्यात्मकतेकडे अधिक कल आहे. अभंग रचनेत अधिक रस आहे. पण या अभंग रचनेत आध्यात्मिकतेला वाव नाही. आणि काव्यकाराला त्याची पर्वा नाही. तो स्वतःला मुक्त ठेवून आहे. म्हणूनच काव्यकार संदेश ढोले म्हणू शकतात -

>"मी तारकांना पाहतो
>
>त्यांच्या मोहात पडत नाही"
>
>(पर्वताची स्थितप्रज्ञता : पृ.७८)

काव्यकार काय किंवा कुठलाही कलावंत असा हवा... मोहात न पडणारा... या अशा कलावंतांमुळेच हे जग सुंदर होत आहे. काव्यकार संदेश ढोले यांना शुभेच्छा नव्या कवितांसाठी!

१५/१२/२०२२

- प्रेमानंद गज्वी

मुंबई

संवेदनाच्या सौंदर्याचा सृजनात्मक आविष्कार वर्धित करणारी कविता

संदेश ढोले यांनी आंबेडकरवादी आणि बुद्ध साहित्य व सिद्धांताचा अभ्यास करून कविता आणि समीक्षणाच्या प्रांतात आपलं वेगळं नाव रुजविलं, वेगळा ठसा उमटविला यात शंका नाही. त्यांचे आजपर्यंत अनेक वृत्तपत्रे व नियतकालिकांतून कविता, समीक्षा व वैचारिक लेखन प्रकाशित झाले आहे. आंबेडकरवादी साहित्य संमेलन तथा बुद्ध महोत्सवाचे आयोजन करून त्यांनी हे दाखवून दिले की, समाजाप्रति आपल्यालाही काही देणं आहे, ते प्रत्यक्ष कृतीतून आणि त्यांच्या पूर्वप्रकाशित दोन समीक्षणात्मक पुस्तकांच्या माध्यमातून दिसले.

कवी, समीक्षक व संवेदनशील अभ्यासक संदेश ढोले यांनी त्यांच्या "एवढेच फक्त सांगता येते" या कवितासंग्रहात अभंग, मुक्तछंद व गझल या प्रकारात कविता लेखन केले आहे. त्यांच्या गझलेला विशिष्ट चाकोरी मान्य नाही तर, ती भूतकाळात घडलेल्या घटनांचा आघात सहन करून, वर्तमानाचा वेध घेत भविष्यकाळातील अनुमान व्यक्त करते. त्यांच्या गझलेत आलेले शेर दमदार तर आहेतच, शिवाय दगडाला कोरून सुबक मूर्ती तयार व्हावी अशी कोरीव धाटणीचे आहेत. कवीने स्वीकारलेले तत्त्वज्ञान, त्याचे जीवनमानावर झालेले आघात, चळवळीतून आलेले संस्कार व चळवळीची विचारधारा या सर्वांचा विचार करून त्यातून प्रस्फुटीत झालेला सर्जनशील, सृजनात्मक आविष्कार म्हणजे हा कवितासंग्रह होय. या कवितासंग्रहात आलेले रूपक, प्रतिमा, निश्चय, जाज्वल्य, अभिमान आणि प्रतीकं ही शेराच्या सबलीकरणासाठी कार्यरत आहेत. ते अधिकाधिक आशय व मोजक्या शब्दातून व्यक्त झालेले आहेत.

संदेश ढोले यांनी आपल्या कवितांमधून आंबेडकरवादांतर्गत नीतिवादाची मांडणी केली आहे. ही कविता नवनिर्मिती आणि उद्बोधनासाठी लिहिलेली आहे. ती आनंदासाठी नसून वैचारिक बदलासाठी आहे. त्यांची कविता व्यवस्थेने निर्माण केलेल्या विरेचन समृद्धीसाठी आहे. ही कविता वाचकाला संघर्ष करण्यासाठी प्रेरक असून झालेले विपरीत परिणाम दाखविणे, सामाजिक जीवनाचे विदारक चित्र मांडणे व यातून बोध घेऊन नवीन पाऊलवाट चोखाळणे हा

त्यांच्या कवितेचा हेतू असल्याचे दृगोच्चर होते. त्यांच्या कवितेतील समाजवास्तवाचे आकलन हे चिंतनशीलतेशी नाळ जोडत व्यवस्थेवर दुमणी मारणारी असून 'बहुजन हिताय बहुजन सुखाय' या मानवतावादी तत्त्वाचा हात धरून चालणारी आहे. त्यांची कविता व्यवस्थेवर प्रश्नचिन्ह उपस्थित करून जग बदलण्याची भाषा बोलते.

ही कविता शिस्त आणि ऐक्य व एकात्मतेला प्राधान्य देणारी, फॅसिझमला संविधानिक मूल्यांनी प्रत्युत्तर देणारी आहे. सांप्रत सापेक्षता सिध्दांत मांडणारी, सामाजिक, सांस्कृतिक, धार्मिक, आर्थिक व राजकीय दुःखावर आघात करून त्याचे निराकरण करण्याचा प्रयत्न करणारी कविता आहे. ही कविता आंबेडकरवादी जाणिवा रुजविण्याचा प्रयत्न करते. व्यवस्थेने निर्माण केलेल्या अमानुषतेची संपूर्णतः चिकित्सा व साकल्याने विचार करण्यास प्रवृत्त करते. आणि व्यवस्थेच्या शुद्धस्फटिकावर घणाघात करते व सापेक्ष कार्यकारणभावाची प्रत्ययकारी अभिव्यक्ती देते.

बुध्दसिद्धांत व आंबेडकरवादी तत्त्वांशी बांधीलकी स्वीकारणारी ही कविता असून कवींची धम्मीय, सांस्कृतिक व सामाजिक - राजकीय जाणीव प्रगल्भ असल्यामुळे ही कविता 'संवेदनाच्या सौंदर्याचा सृजनात्मक आविष्कार' व्यक्त करते. ती व्यवस्थेने निर्माण केलेल्या बिगारीवर कोरडे ओढणारी आहे. वेदना, विद्रोह व विचारधारेने भारलेल्या संपृक्त ओळी कवितासंग्रहात जागोजागी आहेत. त्यांची कविता परिवर्तनवादी विचारधारेला अग्रभागी ठेवून कुणाबद्दलही द्वेषमूलक भावनेला जराही स्थान देत नाही. त्यामुळे ही कविता कोणाबद्दल आकस व हेटाळणीचा दर्प बाळगत नसली तरी चीड व्यक्त करणारी आहे.

त्यांच्या मुक्तछंदातील कवितेची भाषा अत्यंत मोजक्या आणि समर्पक व सोप्या शब्दात व्यक्त झाल्यामुळे त्या कवितेचा अर्थ, त्याचा आशय उलगडत जात असल्यामुळे वाचकांना या कवितेतून एक वेगळा आस्वाद चाखायला मिळतो. शोषण, क्रुरता, लूट, गुलामी, दंगली, भेदभाव, विषमता, अज्ञान, विचारदारिद्र्य, गरिबी, भूक, वैचारिक प्रदूषण, सांस्कृतिक दरी, फॅसिझम, क्रूरकर्मा, अब्रूलूट, स्वार्थ, अधोगती व फितुराईवर सणसणीत चपराक हाणणारी ही कविता वेधक विचारधारेची पाईक वाटते.

प्रत्येक सामाजिक घटना आणि घडामोडी विशिष्ट कारणामुळे घडून येतात. त्यामध्ये कार्यकारणभावाचा संबंध असतो. त्या घटना-घडामोडींचा व त्यामागील कारणांचा शोध घेऊन त्याचे समाज मनावर होणारे परिणाम विश्लेषित करणारी संदेश ढोले यांची कविता आहे. जिज्ञासा मानवी मनाचा एक मौलिक गुण आहे आणि मानवाच्या पर्यावरणाचा शोध घेण्यासाठी ती एक चालक शक्ती आहे, असे म्हटले जाते. ही अत्याधिक जिज्ञासू प्रवृत्ती कवीला शांत बसू देत नाही. आजूबाजूच्या ज्ञात-अज्ञात गोष्टीविषयी सर्व काही जाणून घेण्याकरिता तो बेचैन होतो आणि संशोधक प्रवृत्तीने प्रेरित होऊन तो सामाजिक घटनांबाबत लिहू लागतो. याच विज्ञानवादी दृष्टिकोनातून संदेश ढोले यांची कविता जन्म घेते. 'एवढेच फक्त सांगता येते' या कवितेत कवीने आंबेडकरवाद व बुध्द तत्त्वज्ञानांतर्गत ऊहापोह करून समाजाचे निरीक्षण केले असता त्यांना जे चित्र दिसले ते भयावह आहे. ज्यांनी बुद्ध मार्गाचा अवलंब केला ते पुढे गेल्याचा निष्कर्ष त्यांनी कवितेतून काढून भीमरथ, बंधुतेचे वारे, लोकशाही राष्ट्र, कल्याणकारी राज्य, धर्मनिरपेक्षता, स्थितप्रज्ञता, निर्वाण, ओंजळीचा प्याला, बुध्दीवादी, समता, स्वातंत्र्य, बंधुता, न्याय व अहिंसा आदी शब्द व शब्दसमूहाने कवितेच्या सौंदर्यात भर टाकली आहे.

संदेश ढोले यांनी काही अभंगाची रचनासुद्धा केलेली आहे. अभंग हा जसा अध्यात्मिक जीवनाचा एक अविभाज्य भाग आहे. तसाच तो सामाजिक जीवनाचाही एक भाग आहे. या अभंगाच्या माध्यमातून त्यांनी सामाजिक जीवनात आलेल्या हालअपेष्टा तथा आलेला भेदभाव विश्लेषित केला आहे. सामाजिक निरीक्षण करताना त्यांना जाणवते की, या देशात मोठ्या प्रमाणात भेदभाव होत आहे. त्यांनी लोक समाजाविषयी आणि विवक्षित विभागाविषयी निरीक्षण करून अभंगाच्या माध्यमातून जी परिणामकारकता दाखविलेली आहे ती युगसाक्षी आहे. त्यांच्या 'युध्दभेट' या अभंगाच्या माध्यमातून हे दृगोच्चर झाल्याशिवाय राहात नाही. त्यांची कविता समाजाच्या केंद्रस्थानी आहे. म्हणून तिच्यात आलेला आपलेपणाचा भाव ठळकपणे नजरेत भरतो. त्यांच्या कवितेला भारतीय भूमीत रुजलेल्या तत्त्वाची पार्श्वभूमी आहे. म्हणून ती समाजाभिमुख झाली आहे. ही कविता सम्यक जीवनदर्शन घडविणारी आहे. संदेश ढोले यांच्या एकूणच कवितेत विवेक आहे. विनय आहे.

> "धर्माधर्मातील भांडण तुला धर्मनिरपेक्ष तत्त्वानेच सोडवायची आहेत
>
> तू धर्मापुढे झुकला की लोकशाही संपलीच म्हणून समज"

(हीरक : पृ.७३)

अशा ह्या भावगर्भ ओळीतून 'हीरक' ही कविता साकारली आहे. या ओळीतून स्वातंत्र्य आणि लोकशाही यांचं अतूट नातं कवीने विश्लेषित केलेलं आहे. स्वातंत्र्य आता परिपक्व झालं आहे. बऱ्या-वाईटाची त्याला जाण आहे. त्याने आपल्याच वयाच्या लोकशाहीचे बोट धरून चालावे. धर्मांध शक्तीने कधीचेच मनुस्मृतीला कवटाळले आहे. ही धर्मांध शक्ती या लोकशाहीला त्याच्यापासून हिरावून घेईल. लोकशाहीविना स्वातंत्र्य म्हणजे सारीपुत्ताविना आनंद होय. लोकशाहीविना स्वातंत्र्य म्हणजे रक्ताविना देह होय. हीरक महोत्सव साजरा करणाऱ्या स्वातंत्र्याने आपल्या एका हातात संविधान ठेवावे व दुसऱ्या हातात लोकशाहीचे बोट धरून चालावे. त्याला एवढे समजले तर त्याचे अस्तित्व संकटात सापडणार नाही. संदेश ढोले यांच्या या कविता संग्रहात तीनही प्रकारच्या कविता आल्या आहेत. या कविता सजगता, दिशा-दिग्दर्शनता, विनयशीलता, निष्पक्षता, संयम व सावधगिरीचा संदेश देते. यातच त्यांच्या कवितेची यथार्थता आहे. त्यामुळे त्यांचा हा कवितासंग्रह आंबेडकरवादी साहित्य प्रांतात, मराठी साहित्याच्या दालनात आपली वेगळी ओळख निर्माण करेल यात शंका नाही. त्यांचा या नव्या कविता संग्रहाला मंगलकामना व्यक्त करतो.

२६ जानेवारी २०२३   - जयंत साठे

प्रजासत्ताक दिन

jayantnsathe@gmail.com

कविताविषयक दृष्टीकोन

समाज आपल्या सामाजिक, सांस्कृतिक, आर्थिक, राजकीय, बौद्धिक व चैतसिक जडणघडणीसाठी पारंपरिक तद्वतच अद्ययावत साधनांचा वापर करीत असतो. आजची अद्ययावत साधने उद्याला पारंपरिक होत असली तरी साधनांच्या विकासक्रमाचा तो परिपाक असतो. कलासाधने व्यक्तीच्या चैतसिकतेला व वैचारिकतेला आकार देत असतात. समाजाच्या जाणिवांचा स्तर उंचावत असतात. कलेची आवड-निवड व्यक्तीच्या अभिरुचीचा स्तर आणि समाजाच्या अभिरुचीचा कल व्यक्त करते. मानवी जीवनात कलेचे अनन्य महत्त्व आहे. कलेशी जुळलेले जीवन कलात्मक व अर्थपूर्ण असते. ते कलावंतसापेक्ष असते. ते एकाकी असू शकते तद्वतच सामाजिक पण असू शकते.

डॉ. बाबासाहेब आंबेडकर यांच्या नेतृत्वात सुरू झालेला मानव मुक्तीचा संघर्ष आजतागायत सुरूच आहे. तो अजून थांबला नाही. थांबणार नाही. नव्या दमाचे नवे शिपाई हा संघर्ष सतत तेवत ठेवणार आहेत. मानवमुक्तीचा संघर्ष खडतर आहे. तो बलिदान मागतो. जीवावर उदार होऊनच तो लढावा लागतो. अनेक प्रभावी साधनांचा वापर करून तो संचालित करावा लागतो. तत्त्वज्ञान हे मानवमुक्तीच्या संघर्षाचे प्रमुख अस्त्र आहे. आणि या तत्त्वज्ञानानुसार समाजाला प्रतिष्ठापित करण्यासाठी अनेक कृतिप्रवण साधनांचा उपयोग करावा लागतो. आदर्श समाजनिर्मितीचा मार्ग प्रशस्त करण्यासाठी व्यक्तीला तत्त्वज्ञानाषुंगिक वैचारिक व भावनिक आकार द्यावा लागतो. तो आकार देण्याचे एक साधन कला आहे. कविता आहे. कविता आर्थिक अनुत्पादक आहे, असे मानले तरी ती भावनिक व वैचारिक उत्पादक आहे. समाजक्रांतीच्या लढ्यातील ते एक प्रभावी साधन आहे. समाजाची समज वाढविणारे, साध्याच्या जवळ नेणारे ते एक साधन आहे.

डोळस जीवन जगत असताना जे समाजवास्तव पाहिले, अनुभवले ते मी माझ्या कवितेतून शब्दबध्द केले आहे. हे समाजवास्तव कविताबद्ध करतांना एकूणच भारतीय समाज डोळ्यापुढे तरळत होता. माझ्या कवीडोळ्यांना गरिबी दिसत होती. भारतीय समाज दारिद्र्याच्या मगरमिठीत दिसत होता. वेठबिगारीने ग्रस्त त्रस्त झालेली माणसे सभोवताली दिसत होती.

शोषणाची भीषणता माझ्या मेंदूत सलत होती. कवितेतून व्यक्त होत होती. माझ्या भावना समाज बदलाची मागणी करीत होत्या. स्वभावनांची दडपणूक करण्याऐवजी त्या साहित्यसाधनाच्या माध्यमातून व्यक्त होत होत्या.

आंबेडकरवादी कविता विरूंगळ्याची कविता नाही. ती शोषित, पीडित, वंचित, भटके-विमुक्त आणि वेठबिगारांचे प्रश्न हृदयात साठवून संघर्षात उडी घेणारी कविता आहे. आंबेडकरवादी कविता आंदोलनात असते आणि आंदोलनं आंबेडकरवादी कवितेत असतात. डॉ. बाबासाहेब आंबेडकरांचे समताधिष्ठित भारतीय समाजाचे स्वप्न हे आंबेडकरवादी कवितेचे ध्येय आहे. कविता लिहितांना हे ध्येय माझ्या मनाचा ताबा घेत होते. माझ्या विचारांना त्या दिशेने घेऊन जात होते आणि कविता साकारत होती. डॉ. बाबासाहेब आंबेडकर आणि भगवान बुध्द यांच्या तत्त्वज्ञानाच्या चिंतनातून माझ्या कविता साकारल्या आहेत. डॉ. बाबासाहेब आंबेडकर आणि भगवान बुध्द यांच्या तत्त्वज्ञानाचे मूल्यभान जपणाऱ्या या कविता आहेत. या कविता मानव मुक्तीच्या लढ्यात टाकलेलं एक पाऊल आहे. या कविता मानवमुक्तीच्या लढ्यातील माझा सहभाग व्यक्त करणाऱ्या आहेत.

माझी कौटुंबिक परिस्थिती हलाखीची होती. आजूबाजूच्या सामाजिक, सांस्कृतिक, राजकीय स्थितीत माझ्या अंतर्बाह्य जाणिवांची जडणघडण झाली होती. या संमिश्र जाणिवांचा आविष्कार म्हणजे माझी कविता होय. कविता लेखन करीत असताना अनेक कवी, साहित्यिक मित्रांच्या आणि अनेक थोर साहित्यिकांच्या सहवासात, संपर्कात येत होतो. चळवळीत काम करीत होतो. सातत्याने कवितालेखन करीत होतो. तरुण भारत, लोकमत, लोकसत्ता, जनवाद, बहुजन नायक, लोकदूत, दारव्हा टाईम्स, अक्षरवैदर्भी, समुचित, ऋतुगंध, अस्मितादर्श, मुक्तमंथन या प्रसिद्ध वृत्तपत्रातून व नियतकालिकातून माझ्या कविता प्रसिद्ध होत होत्या. समाजात कवी म्हणून बऱ्यापैकी ओळख निर्माण होत होती. माझ्या अनेक प्रकाशित कविता आज माझ्याजवळ उपलब्ध नाहीत. अलीकडच्या काळात लिहिलेल्या कविता मी संग्रहित केल्या. आज कवितासंग्रहाच्या रुपात त्या प्रकाशित होत असल्याचा आनंद मला आहे. माझा कवितासंग्रह प्रकाशित व्हावा अशी अनेक मित्रांची इच्छा होती. आज त्यांच्या इच्छेला मूर्त स्वरूप प्राप्त झालं.

जीवनप्रवासात अनेक आप्तेष्ट, मित्रांचा सुखद स्नेहाधार मिळाला. साथसोबत मिळाली. त्या सर्वांची नावे द्यायची म्हटले तर ती यादी फारच मोठी होईल. या सर्वांचे मी मनःपूर्वक आभार मानतो. परंतु या कविता संग्रहाच्या निर्मितीत प्रशांत वंजारे, प्रा. माधव सरकुंडे, संजय ढोले, आनंद गायकवाड यांचा प्रत्यक्ष हातभार लागला, त्यांचा व्यक्तिशः निर्देश करायलाच हवा. सुप्रसिध्द साहित्यिक, विचारवंत नाटककार प्रेमानंद गज्वी यांनी माझ्या कवितांना यथोचित न्याय देणारी प्रस्तावना लिहून दिली. कवितासंग्रहाला अर्थपूर्ण ब्लर्ब पद्मश्री 'उपराकार' लक्ष्मण माने यांनी लिहून दिले. माझ्या कवितांवर जयंत साठे यांनी वैचारिक भाष्य केले. मित्र विजयकुमार गाडगे यांनी मुद्रितशोधन करून दिले. notionpress.com या जागतिक कीर्तीच्या प्रकाशन संस्थेने माझा हा कवितासंग्रह प्रकाशित केला, त्या सर्वांचे मी मनापासून आभार मानतो. पत्नी यशोधरा, मुलगी भूमी यांच्या सकारात्मक पाठबळामुळे मी हा कवितासंग्रह प्रकाशित करू शकलो. सुज्ञ, जाणकार, रसिक वाचकांच्या माझ्या 'एवढेच फक्त सांगता येते' या कवितासंग्रहाला भरभरून शुभेच्छा लाभतील, अशी आशा बाळगतो नि थांबतो!

दि. १४ एप्रिल २०२३   - संदेश ढोले

चेहरा

बंद चालू होत होत एक दिवस शॉर्टसर्किट होते आयुष्य
स्वीच ऑन करायला जावं तर लाईट अचानक उडून जातो
व्होल्टेजसारखी कमी जास्त होत जाणारी हृदयाची धडकन
कुठल्याही कंपनीची गॅरंटी नसलेला हा जीवनाचा वीजप्रवाह
खोलीभर उजेड करतो म्हटले तरी दिवाभर तेल जाळावे लागते
भिंतीवरील छप्परासारखे काळेकुट्ट होत चाललेले आमचे जगणे
चुलीत ओल्या काड्या फुंकून-फुंकून रडका झालेला
माझ्या आईचा चेहरा
डोळ्यातील पावसाने भाकरीचे पीठ भिजविता-भिजविता
थकून गेलेला नात्यातील ओलावा
अर्धी कच्ची भाकर पोटातील आचेवर भाजत राहते
राख होईपर्यंत...
मोळी घेऊन लंगडत चालणारी माझ्या आईची अफाट वेदना
पीठ गिरणीतून
पायलीभर पीठ पदरात झाकून आणणारी तिची लेकूरवाळी माया
खरंच
आज माझ्या कवितेचा विषय माझी आई आहे
माझ्या आईसोबत जळत असलेली माझी कविता
संसदेच्या
हिवाळी... उन्हाळी... पावसाळी...
अधिवेशनाच्या कुठल्या वर्षी, दिवशी सादर होणार?

■

ऋतू

माणसांच्या गराड्यात धाप लागलेले जीव
फुटपाथवर रेंगाळतात तेव्हा
झाडेच भुईसपाट झालेली असतात
आश्रितांच्या वाढत्या संख्येमुळे
☐

उन्हाळा... हिवाळा... पावसाळा...
हे ऋतूही कसे बेईमान
बेमुर्वतखोरपणे झोडपतात आपापल्या मोसमात
आमच्या उघड्या-नागड्या, फाटक्या-तुटक्या
संसारातील रहिवाशांना
☐

आम्ही सूर्य हातात कसा घ्यावा
चंद्र कवेत कसा ओढावा
तारे नेत्रात कसे उतरवावे?
■

धूरवादळ

आज सगळेच कडवट अनुभव विसरून
या शहरात फिरायचा मी निर्धार केला
मर्क्युरीच्या झगमगाटात
डांबरी रस्ते सोयीचे संदर्भ घेऊन सजलेले
पहिल्याच चौकातील बिल्डिंगच्या रांगा
बरेच काही सांगून गेल्या
आज रस्तेच उधळायचे होते अनवाणी पायांनी
शहराच्या भरभराटीने पाय दगा देऊ लागले
माझ्या वस्तीची ख्यालीखुशाली पाव घटकेत कळायची
शहरात चाललेल्या आयुष्याच्या रहदारीत सामील होऊन
चौकाचौकातून फिरताना
मी आतल्या आत धुमसत होतो
ही विषमतेची बाजारपेठ
आमचा हर्रास झाल्याशिवाय उघडतच नाही
तसा मी कधीच शांत नसतो
समोरच्या चौकात मोळीविक्यांची बाजारपेठ
मौन बाळगून असलेली
चौकातून जाणारी बाई माणसं साधी विचारतही नव्हती
मोळीविक्यांच्या केविलवाण्या नजरा
शून्यात आकाशाच्या किंमतीचा ठाव घेत होत्या
ही पागल संध्याकाळ
अनाहूत आयुष्याचे कंगाल जीवन घेऊन आलेली
कधीच ढळली नाही पिढ्यान्-पिढ्यापासून
ही निरागस पोरगी

मायची फाटकी चोळी नेसून मोळ्या वाहते
शेवटी, ती उचलू शकत नाही उपाशी पोटी मोळीचा भार
राहू शकत नाही ताठ उभी
सोडूही शकत नाही मोळी
ही पोरगी भूक-भूक करीत मोळीच्या भरवशावर गेली
तिचे सरण...तिची चिता अजून धगधगत आहे
असंख्य वेदनांचे धूरवादळ होऊन
∎

प्रश्नकविता

आयुष्याच्या झुल्यावर
नाजूक कोमल २६ जानेवारीला
झोके घेऊ दिले
सूर मिळविण्याची वेळ आली तेव्हा
पाळण्याची दोरी तुटली
ह्या जीवनाची जीवघेणी नक्षत्रे पराभूत झाली नाहीत
उगीच कपाळावर आठ्यांचे डोंगर वाढत गेले
माझ्या आयुष्याशी संबंधित नसलेली हिरोशिमा
माझ्या डोळ्यात उतरली आता
झाडांना सोबत घेऊन धावणाऱ्या समाजाची हिरवीगार नग्नता
शरीरभर झाडे पांघरुणही लपली नाही
माझ्या वस्त्यांचे आयुष्य सिमेंटच्या गटारातून वाहत आहे
दुरून डोंगरावरची वस्ती साजरी दिसते
कोंबडबाजारातील नेतृत्वाच्या तोंडाला पाणी सुटले आहे
तिरंग्याची दोरी ताणून-ताणून नाजूक झाली आहे
स्वातंत्र्य हाडामासाचे असते तर...
हवेच्या रोखाणे फडफडणारे धार्मिक झेंडे
एकदा डोक्यात शिरले की खाली उतरत नाहीत
जगणे आणि मरणे ह्या जीवनाच्या प्रमुख बाजू आहेत
मृत्यूच्या सरोवरात रोवलेला माणुसकीचा वधस्तंभ अजून उभा आहे
आभाळाकडे टक लावून पाहिले की तेही हळूहळू रंग बदलविते
चांदण्यांचे सौंदर्य चाटून पोट भरत नाही
२६ जानेवारी
आमच्या अश्रूंना तू पुसशील का?
आमच्या शब्दांना कधी महत्व देशील का?

हितसंबंधाच्या या लढाईत आमच्या खांद्याला खांदा लावून लढशील का? माणूस म्हणून आमचे अस्तित्व स्वीकारशील का?

∎

वस्ती

माझ्या वस्तीत
दररोजच्या दुःखावर मात करण्यासाठी
मोर्चेबांधणी चालू असते
माझी वस्ती बहिष्कृत
अज्ञानाने पोळलेली
दारिद्र्याने वेढलेली
असुरक्षित
हल्ले सहन करणारी
माचिसच्या एका काडीत ती भस्म होऊ शकते
साध्या वावटळीने तिची छप्परं उडून जातात
प्रश्न पडतो
वस्तीतील जीवनाला माणसाचे जीवन म्हणावे का?
वस्तीतले नेतृत्व स्वार्थी असते, होते
हे आम्हाला आता कळू लागले
दिवस उगवतो कसा आणि मावळतो कुठे
हेही जीवनातील गडद अंधाराने शिकविले
उत्खननात सापडलेल्या परंपरेचे आम्ही वारसदार
प्रतिहल्ला कसा करतात हेच आम्हाला समजत नाही
डिफेन्स अटॅक या स्ट्रॅटेजिकल कन्सेप्ट
आजही आम्हाला अमलात आणता येत नाहीत
निमूटपणे सहन करण्याची सवय झाली आता आम्हाला
आमच्या गरिबीचे कारणही शोधत नाही आम्ही
आजूबाजूच्या जगात
नुसते जगतो
दिवस उगवला की चालू लागतो

मावळला की थांबतो
आम्ही नुसते आकाशाकडे पाहतो
अन् सूर्यकिरणात आशेचे किरणं शोधतो
चंद्रप्रकाशात जीवनाचा गाडा पुढे ढकलतो
श्वास घेणे यालाच जीवन समजतो आम्ही
आमच्या श्वासावर कुणाचा ताबा आहे?
हे शोधण्याच्या फंदात पडत नाही आम्ही
कोणाला तरी दोष देऊन मोकळे होतो
या दोषारोपणाच्या सुख समाधानात किती दिवस जगणार?
पहाटे भविष्याचा विचार येतो नि
दिवसभराच्या धावपळीत वर्तमान संपून जातो
भूतकाळातून बोध घ्यावा
वर्तमानात कृती करावी
अन् भविष्याचा वेध घ्यावा, असे म्हणतात
भूतकाळ अंधारात होता
वर्तमानकाळ अंधारात आहे
भविष्यकाळ अंधारात राहील?
आता काळाचा प्रवास उजेडाच्या दिशेने घेऊन जाऊया...!

∎

मृत्यूचा धाक

लोकशाही ठोकत आहे कर्णकर्षक आरोळ्या
समस्याजर्जर गावकुसंही कण्हत आहेत
म्हाताऱ्या होत चाललेल्या वस्तीची छाती भरून येत आहे
जिंदाबाद मुर्दाबादचे नारे क्वचित ऐकू येतात
कर्जबाजारी होत असलेली माझ्या आयुष्याची प्रत्येक संध्याकाळ
माझ्यासाठी बेरोजगार झालेला इथला प्रत्येक दिवस
जिथे दिवसभराच्या मजुरीत पोटभर खाता येत नाही
फक्त पिता येतात अश्रू पाण्यासारखे
सुरक्षित जीवनाची हमी देत नाहीत
घामाचे थेंब
म्हाताऱ्या आईबापाच्या छातीवर बसली आहे सुशिक्षित बेकारांची रांग
रिकामटेकड्या आशा जोपासत त्रस्त झाली आहे जीवनाची दुकानदारी
स्वातंत्र्यात पोरकी झाली आहे समता
परागंदा झाली आहे बंधुता
आता पूर्वीसारखं सोप राहिलं नाही काहीच
जगलेला प्रत्येक दिवस आठवणीत राहतो
अन् डोळे खोल होत जाऊन जीवन कुरपत-कुरपत समाप्त होते
दिशा बोटाने दाखविता येतात सहज
मृत्यूचा धाक नसता तर...
युद्ध, महायुद्ध, खून, दंगली, चकमकी झाल्या असत्या का...?

■

पाझर

बाबासाहेबाचे नाव घेणाऱ्या नेतृत्वावर असतो आमचा विश्वास
आम्ही काढतो मोर्चे
आमचं लीकेज झालेलं आयुष्य बुलेटप्रुफ नसते कधीच मोर्चात
मोर्चाने आमचे प्रश्न सुटले की चिघळले
समजायला मार्गचं नसतो
पंख्यासारखं गोल-गोल फिरणारं आमचं आयुष्य
कधी गोलबंद झालं कळलंच नाही
दगडालाही घाम फुटतो म्हणतात
पण शोषणाचा दगड टसही होत नाही अन् मसही
शोषितांची आसवं तेवढी टपकत राहतात
या शोषणाच्या वेदीवर
मानवनिर्मित शोषणाची जाणीव नसते पशूपक्षांना
ते जगतात निसर्गनियमाच्या अधीन राहून
अँटेनावर येऊन बसणारे पक्षांचे थवे पाहिले की
हेवा वाटतो त्यांचा
त्यांच्या स्वतंत्र जीवनाचा
भावी पिढ्यांसाठी ते काहीच कमावून ठेवत नाहीत
साठवून ठेवत नाहीत पैसा-अडका
अन् सोनं-नाणं सुद्धा
इवलीशी त्यांची घरे
इवल्याशा त्यांच्या गरजा
प्रश्न पडतो
जीवनभरारी हा शब्द माणसासाठी वापरता येईल का?
प्रश्न पडतो

मानवी जीवनाला डबक्याचा आकार देणारे नियम कोणी रचले?
प्रश्न पडतो
खर्र-खर्र का करतात रेडिओवरील बातमीपत्रात हिंसाचार?
पुरात वाहून गेलेली माझ्या देशातील लोकशाही
चिमून गेली कोटाच्या बटणात खोचलेल्या फुलासारखी
पाझर फुटलेत आता धर्मग्रंथातील ओव्यांना
माणसाची सनातन मनं
आम्हाला फिल्टर करताच आली नाही लोकशाहीसाठी
मजुरांच्या खाली पत्रावळीत वाढलेलं गुलामीचं नाणं
आजही चीतचं करते मजुरांना
हे मजुरांचे जथ्थे संसदेच्या दिशेने चालायला कधी सुरुवात करतील?

जाग येऊ दे जगाला

अंधवाणी काळ झाली, जाग येऊ दे जगाला
चाल आता मंद झाली, जाग येऊ दे जगाला

दुःख झाले दोष पाहा, आठवाव्या गाववेशी
बंदजाती भोवताली, जाग येऊ दे जगाला

देह झाला भारवाहू, हालचाली संकटांच्या
पावलांची झेप खाली, जाग येऊ दे जगाला

वाटमारी माळरानी, वाळलेली झाडपाने
तारकांचा चंद्र साथी, जाग येऊ दे जगाला

होत आहे भागीदारी, जागलेल्या पाखरांची
शोषणाने झोप नेली, जाग येऊ दे जगाला
■

वारे गुलामीचे

फिरतात दिशेने उलट्या समाजाची पाने
सजतील अधमऱ्या माणुसकीसाठी दुकाने

उलटला बाजारभाव माणसावर
लिलाव ओरडला चौका चौकावर
या सांजवेळीच्या होतील रात्री
लुटून अंधार नांदतील सुखाने

बंदिस्त केले हित उभ्या जगाचे
शिरजोर झाले अहित क्रूर नभाचे
लाचार धुरकऱ्यांच्या दुर्दशेला
लाथाडील व्याकूळ हाका भुकेने

बदलविले जग तुटलेल्या बेड्यांनीं
गाजविले रण मोकळ्या गड्यांनी
वारे गुलामीचे पुन्हा एकदा
लागणार गुंडाळावे समतेने

■

पाऊल पुढचे टाका

जगतात कसे लोक
हातोहात समजेना
हे दारिद्र्य भयानक
जाणिवेचा तुटवडा

झाली स्थिती विदारक
जगणे असह्य झाले
माथी खापर फोडले
याला-त्याला दिला दोष

सूर्य मावळतो रोज
उगवतो दररोज
तारतो मारतो तोही
भांडवल उगीचच

कोंडी सहन करतो
प्रतिभा आमची धन्य
जैसे थे कवटाळतो
प्रवास जागच्या जागी

हातात चालणे नाही
पायात भोवरा आहे
पदरी आफत आली
पाहतो इकडे तिकडे

दोष धुंडाळतो जगी
आपले ओठ दातात
भटकतो हीन दीन
पोहऱ्यात अहंकार

नाही समजला लढा
भांडणे करत आलो
आपसात कुरापती
स्वतःला विकत गेलो

चालली चालढकल
निशाणा नेमका धरा
हीच नांदी विजयाची
पाऊल पुढचे टाका!

लढा

समस्या अनेक
फाडतात तोंड
नाचतात सोंग
चहूदिशा ||१||

उडतात पक्षी
आनंद गगनी
वादळ जीवनी
दुखावते ||२||

बोलणे आमचे
आमच्याच कानी
नसतात ध्यानी
विटंबना ||३||

खरे बोला तुम्ही
बंद केले कान
आमचेच गान
ऐका तुम्ही ||४||

एकट्याचा लढा
विचलित लक्ष्य
दिशाहीन भक्ष्य
होत जाते ||५||

पदरी निराशा
हतबल साध्य
वाजवितो वाद्य
जिंकावया ॥६॥

कफल्लक रस्ता

बघतात दिव्य, चटके मनस्वी
जगणे असह्य, भटके मनस्वी

कफल्लक रस्ता, पकडून घट्ट
उडणे अलभ्य, झटके मनस्वी

एकटे दुकटे, भयभीत अख्खे
उजळे ठिणगी, चमके मनस्वी

अडवून नदी, लुटतो भजनी
गरिमा सगळी, लटके मनस्वी

असमान जगी, खपते गरिबी
हरते समता, खटके मनस्वी

∎

शिवार वस्त्यांचे

अज्ञान वाटले
गरिबी वाटली
मळकट झाली
लोकवस्ती ॥१॥

तळपतो सूर्य
रडतो प्रकाश
पाहते आकाश
जितश्रम ॥२॥

संघर्ष वाढला
शत्रूही वाढले
बेकीने लढले
महारथी ॥३॥

उडविली तत्त्वे
अस्तित्व धोक्यात
जनता झोक्यात
भारावली ॥४॥

किती सांगू गट
नटसम्राटांचे
शिवार वस्त्यांचे
खिळखिळे ॥५॥

पक्षांची परीक्षा
लढाईत होते
झुंजीत जिंकते
माणुसकी ||६||
■

युद्धभेट

आपल्याच दारी
भगदाड मोठे
घरावर गोटे
आपल्याच ||१||

शत्रूंच्या हिंदाणी
आपलीच वस्ती
सैनिकांची गस्ती
सीमेवर ||२||

धर्मशाळा आहे
सगळ्यात भारी
वैरी झाली वारी
दारोदारी ||३||

लढलो हारलो
हारलो जिंकलो
ऊर्मिने भारलो
सदोदित ||४||

फिनिक्सची राख
जपून ठेवावी
युध्देच भेटावी
क्षणोक्षणी ||५||

करुणेच्या देही
हल्लाबोल होतो
रक्तपात नेतो
रसातळा ||६||
∎

मुक्तीसाठी

वस्तीला मिळाली
वाटणीत भूक
तुझी माझी चूक
कशी झाली ॥१॥

प्रश्न भाकरीचा
सोडवाया साधा
करा दूर बाधा
संसदेत ॥२॥

तुझे माझे आहे
झोपडीचे दुःख
महालाचे सुख
श्रीमंतीला ॥३॥

एकटे दुकटे
लढायचे नाही
सोडायचे नाही
संघटन ॥४॥

साखळ्यांचा मोह
फक्त आता सोडा
बंधनाला तोडा
मुक्तीसाठी ॥५॥
∎

हे भारत देशा

हे भारत देशा
जिथं आहे जाती
तिथं लाव माती
भारतीय ||१||

हे भारत देशा
जिथे आहे धर्म
तिथे हवे कर्म
निरपेक्ष ||२||

हे भारत देशा
जिथे आहे बुध्द
तिथे मन शुध्द
शांतीमय ||३||

हे भारत देशा
विषमता आली
डोईजड झाली
माणसाला ||४||

हे भारत देशा
आम्हाला शिकव
पोटाला जगव
हीच इच्छा ||५||
■

एक रस्ता ठेवू

काल तुझी झाली
जगाला जाणीव
भासते उणीव
भीमबाची ॥१॥

रथ पुढे न्याया
पुढं आलो आम्ही
हात लावा तुम्ही
भीमरथा ॥२॥

अडलो नडलो
आहे तुझा साथ
पकडतो हाथ
भीमबाचा ॥३॥

निराश हताश
होऊ नका सारे
बुध्द दिला ना रे
भीमबाने ॥४॥

एक रस्ता ठेवू
स्वार्थ मोह टांगू
सगळ्यांना सांगू
भीमबोल ॥५॥

■

अंधार

अंधार झोपडीला वेढून रोज आहे
अन्याय माणसाला घेरून रोज आहे

डावात हारलेले वस्तीतले भिकारी
पोटातल्या भुकेशी खेळून रोज आहे

जागा तुला मिळाली नाही मला मिळाली
माझी तुझी लढाई पेटून रोज आहे

संदर्भ दंगलीचे वाचून खूप झाले
कल्लोळ वेदनांचा ऐकून रोज आहे

जे गांजले उपाशी जे रंजले भुकेने
हातात ते मशाली घेऊन रोज आहे

∎

एवढेच फक्त सांगता येते

बाबासाहेब
तुमची खूप आठवण येते
आज संघटनेजवळ तुमचा फोटो आहे
झेंडा आहे
लहानथोर नेत्यांचे विचार आहेत
नेत्यांनी म्हटलं आंबेडकरवाद असा...तर असा
नेत्यांनी म्हटलं आंबेडकरवाद तसा...तर तसा
नेत्यांनी म्हटलं बुध्द तत्त्वज्ञान असं...तर असं
नेत्यांनी म्हटलं बुध्द तत्त्वज्ञान तसं...तर तसं
बाबासाहेब
खरंच
आंबेडकरवाद
बुध्द तत्त्वज्ञान
असं...तसं आहे का?
बाबासाहेब
तुमची खूप आठवण येते
तुम्ही शिका म्हटलं
काय शिकलो माहीत नाही
तुम्ही संघर्ष करा म्हटलं
संघर्ष कुणीकडे गेला माहीत नाही
तुम्ही संघटित व्हा म्हटलं
किती संघटित झालो माहीत नाही
बाबासाहेब
तुमची खूप आठवण येते

तुम्ही भारतीय रिपब्लिकन पक्ष दिला
तो कुठे आहे माहीत नाही
तुम्ही भारतीय बौध्द महासभा दिली
ती पांढऱ्या कपड्यात उठून दिसते
तुम्ही समता सैनिक दल दिलं
ते सैनिकी पोशाखात शोभून दिसते
बाबासाहेब
तुमची खूप आठवण येते
तुम्ही महाडचा सत्याग्रह केला
आम्ही सत्याग्रहाच्या भानगडीत आता पडत नाही
शेवटी
तुम्ही बुध्द आणि त्याचा धम्म दिला
किती पाळतो
कसा पाळतो
सांगता येत नाही
बाबासाहेब
तुमची खूप आठवण येते
तथागताने शील सांगितले
किती पालन करतो सांगता येत नाही
तथागताने समाधी सांगितली
काही लावतात
काही विरोध करतात
तथागताने प्रज्ञा सांगितली
काहींना समजली काहींना नाही
तथागताने आर्य अष्टांगिक मार्ग दिला
काही मार्गावरून तर काही मार्ग सोडून चालतात
तथागताने अत्त दीप भवं म्हटलं

ज्यांना समजलं ते पुढे गेले
दुःखमुक्त झाले काही अंशी
ज्यांना नाही समजलं ते तिथंच राहिले
मागे पडले बव्हंशी
तथागताने सापेक्ष कार्यकारणभाव सांगितला
कोणाला समजला सांगता येत नाही
तथागताने निर्वाण सांगितले
कोणाला मिळाले सांगता येत नाही
बाबासाहेब
तुमची खूप आठवण येते
एवढेच फक्त सांगता येते

∎

लढू पुन्हापुन्हा

आपण लावतो
हिताला सुरुंग
असतो तुरुंग
दोघांसाठी ॥१॥

जगलो वाचलो
लढू पुन्हापुन्हा
हाच करू गुन्हा
धर्मांसाठी ॥२॥

एक होणे नाही
नेक होऊ सारे
बंधुतेचे वारे
देशभर ॥३॥

मनात जपतो
उच्चनीच भाव
समतेचा डाव
उधळतो ॥४॥

कसे जगायचे
आम्ही फक्त आम्ही
तुम्ही तर स्वामी
तिन्ही लोकी ॥५॥

∎

जग बदललं पाहिजे

सत्तरीच्या घरात तू
चार पाच टरबूज घेऊन
रस्त्याच्या कडेला विकायला बसलीस
किती कमावशील?
या वयातही तुला तुझी ताजी कमाई खावी लागते
कोणाला दोष देऊ? काहीच कळत नाही
☐

साठीच्या घरात तू
रोज पाहतो तुला चौकाच्या कोपऱ्यात छत्रीखाली
चपला, जोडे पॉलिश करतांना
जुन्या चपला, जोडे शिवतांना
किती कमावतोस?
जातिव्यवस्थेचा उद्योग चालवतोस
अरे राजा, जाती व्यवस्था कधीचीच बदलली
तू बाटाचा फोटो का लावत नाहीस?
या वयातही तू कुटुंब जगवतोस
कोणाला दोष देऊ? काहीच कळत नाही
☐

पस्तीशीच्या घरात तू
कपाळावर कुंकू नाही
दोन लेकरांचा भार तुझ्यावर
बरेचदा पाहतो तुला
रस्त्याच्या बाजूला भाजीपाला विकतांना

किती खपतो? किती सडतो?
किती कमावतेस?
लेकरंही भाजीपाल्याभोवतीच खेळतात
लेकरांचं पोट भरशील की त्यांना शिकवशील?
कोणाला दोष देऊ? काहीच कळत नाही

◻

पन्नाशीच्या घरात तू
ताजी ब्रेडss...असा आवाज बरेचदा सकाळी ऐकतो
सायकलवर ब्रेड विकतोस
संपूर्ण वस्ती पिंजून काढतोस
किती कमावतोस?
या वयातही दोन वेळच्या 'ब्रेडसाठी' झगडतोस
कोणाला दोष देऊ? काहीच कळत नाही

◻

विशीच्या घरात तू
बरेचदा पाहिलं तुला
ग्राहकांना सामान देतांना, दाखविताना
सकाळी नऊ-दहा ते रात्री नऊ
कामाचे तुझे अकरा-बारा तास
किती कमावतेस?
तीन-चार हजार महिन्याचे
स्वप्न पाहण्याच्या वयात
जीवन जगविण्याच्या नादात
तुला तर घाण्याला जुंपलं
कोणाला दोष देऊ? काहीच कळत नाही

◻

पासष्टीच्या घरात तू
न्यू भारतमध्ये
झिजलेली जुनी हाडे घेऊन
सिक्युरिटी गार्ड म्हणून काम करतोस
किती कमावतोस?
सिक्युरिटी गार्डचा ड्रेस चढवतांना
पाहिली तुझ्या पाठीवरची फाटकी बनियान
अन् पायातले फाटके मोजे
परवा वीस रुपयात ऑटोने ड्यूटीवर आलास
परवडत नाही म्हणून काल बसने दहा रुपयांत ड्यूटीवर आलास
आज चक्क सतरा अठरा किलोमीटर
तुझ्याच वयाची सायकल चालवत ड्यूटीवर आलास
शिदोरीतही लोणचं-पोळीच असते तुझ्या
या वयातही तुला नाईट ड्यूटी करावी लागते
रात्रभर डोळे फोडावे लागतात
कोणाला दोष देऊ? काहीच कळत नाही

□

तिशीच्या घरात तू
शहरभर ढकलगाडी फिरवून
कच्च्या भाजल्या भुईमुगाच्या शेंगा विकतोस
किती विकतोस?
किती कमावतोस?
तुलाच माहीत
कुटुंबाचा भार तुझ्यावर
किती विश्वास तुझा ढकलगाडीवर

उद्या ढकलगाडीची चाकंच फिरली नाहीत तर...
कोणाला दोष देशील?
काहीच सांगता येत नाही

☐

पासष्टीच्या घरात तू
भर पावसात डोक्यावर छत्री धरून
स्वच्छ पॅन्ट शर्ट घालून अंघोळ करून
बोटं नसलेला हात पुढे करून
याला त्याला भीक मागतोस
कोणी देतात, कोणी देत नाहीत
भीक न देणाऱ्याचा तुला खूप राग येतो
तू भिकारी म्हणून जन्मला की
वाढत्या वयाने तुला भिकारी केले?
कोणाला दोष द्यावा? काहीच कळत नाही

☐

बारा तेराच्या घरात तू
गावाच्या वेशीवर
ए चिक्की ले !
शेंगदाणा ले !
पाणी बॉटल ले ! असे म्हणत
हातात ट्रे घेऊन प्रवासी वाहनात चढतोस
वेस संपेपर्यंत विकतोस
वेशीच्या बाहेर उतरतोस
किती कमावतोस?
कोणासाठी कमावतोस?

कोणत्या शाळेने तुझी सुट्टी मंजूर केली?
जन्मजात
पिढी दर पिढी
गोचिडासारख्या चिकटलेल्या
या व्यक्तिसापेक्ष गरिबीचे काय करावे?
कोणाला दोष देऊ? काहीच कळत नाही
□

दहा-तिसच्या घरात तुम्ही दोघी मायलेकी
खताच्या चुंगडीचे अंगाएवढे पोतडे बनवून
शहरभर कचऱ्याचे ढीग शोधत फिरता
सकाळपासून समुद्रात मोती शोधावे तसे
कचऱ्याच्या ढिगाऱ्यातून भंगार वस्तू गोळा करता
भंगार विकून घरी येता दुपारी
किती कमावता?
दोन वेळची पोटाची भाकरी !
कचऱ्याने दिलेल्या आजाराचे काय?
कचऱ्याने आयुष्याचा कचरा केला त्याचे काय?
सामाजिक पत, प्रतिष्ठेला उत्तर कसे द्याल?
तुमच्यावरून देशाचा विकासदर काढला तर
जगात आपल्या देशाचा कचरा होईल
देशाने तुमचा विचार करावा की तुम्ही देशाचा?
कोणाला दोष देऊ? काहीच कळत नाही
□

पंचावन्नच्या घरात तू
दिवसभर जाहिरातीचा रिक्षा
शहरभर फिरवतोस
किती कमावतोस?
घरची भाकर
पालिकेच्या बेंचावर बसून खातोस
तुझ्या गरिबीची जाहिरात
कशी कुणाला दिसत नाही?
तुझा अंगावरचा नाईट पॅन्ट
आता डे-नाईट पॅन्ट झाला
या मूलभूत गरजा आजही तुला
अंगात जोर नसतांना
जोर काढायला लावतात
किती दिवस जोर पुरेल ?
हे कमजोर आयुष्य वाट्याला आलेच कसे?
माणसाचा जोर चोरणाऱ्या या टोळ्या कुठे लपून आहेत?
कोणत्या टोळीला दोष देऊ? काहीच कळत नाही

☐

तिशीच्या घरात तू
कडेवर एक लेकरू
अन् रस्त्याच्या दुसऱ्या टोकाला दुसरं लेकरू उभं करून
येणाऱ्या जाणाऱ्या गाडीवाल्यांना भीक मागतेस
कुणी देतो, कुणी देत नाही
किती कमावतेस?
हे उन्हाचे चटके
हे दारिद्र्याचे रूप

भिकेच्या कमाईत उभ्या केलेल्या
प्लास्टिकच्या कापडाच्या ह्या फुटपाथवरील झोपड्या
झोपड्यातील अज्ञान
तुमचे साक्षर अहवाल कुणी बनविले?
हे जनगणनावाले कुणाची जनगणना करतात?
आरोग्य, शिक्षण या गरजांचे काय?
गाड्यावाले तर पुढे जात आहेत
हा भिकेचा कोपरा कधी सोडणार?
भीक हे उपजीविकेचे साधन तुमच्या हातात कुणी दिले?
कुणाला दोष देऊ? काहीच कळत नाही

☐

पंचविशीच्या घरात तू
एका हातात बकेटमधील निखाऱ्यावर
चहाची केटली
दुसऱ्या हातात रिकामी बकेट घेऊन
अनवाणी पायांनी
लॉ कॉलेज चौकात 'चाय, चाय' म्हणत हिंडत होतास
किती फिरशील?
किती चहा विकशील?
किती कमावशील?
काही वेळाने तुझ्या गरम आशा
बादलीतल्या निखाऱ्यांबरोबर
अन् केटलीतल्या वाफेबरोबर
थंड पडतील
कुणाच्या माथ्यावर खापर फोडशील?
ही जीवनाची फेरी तुला कुठे घेऊन जाईल?

कुणाला दोष देऊ?
काहीच कळत नाही
☐

पस्तीशीच्या घरात तू
रिलायन्स स्मार्ट मधून
वस्तू खरेदी करणाऱ्यांच्या वस्तीत तू
मोठमोठ्याने मुरमुरे-फुटाणे विकत आहेस
किती फिरशील?
किती विकशील?
किती कमावशील?
तुझ्या मुरमुरे फुटाण्याच्या गुणवत्तेवर विश्वास ठेवतील का ते?
भटके जीवन ऐकले
भटक्या जीवनातील गरिबी पाहिली
हा भटका व्यवसाय तुला श्रीमंत करील की ठेवील गरीबच?
हा भटका व्यवसाय कुठे फरफटत नेईल तुला?
तुझ्या मेहनतीचे फळ कुठे लपून बसले?
काय सांगू?
कोणाला दोष देऊ?
काहीच कळत नाही
☐

दहा पंधराच्या घरात तुम्ही पोरं-पोरी
मायबरोबर राहता
घर नाही दार नाही
पैसा नाही अदला नाही
शिक्षण नाही

कोपऱ्यातल्या सिग्नलखाली चुलीवर भातमात शिजविता
चुलीभोवती बसून खाता
लेहंगा पोलका नेसून
डोक्यावर घुंघट ओढून
लॉ कॉलेज स्क्वेअरला
जाणाऱ्या येणाऱ्या लोकांना
हातांनी बनविलेल्या कलात्मक वस्तू विकता
कोण घेतो?
किती विकता?
किती कमावता?
सारखं या टर्निंगवरून त्या टर्निंगवर
त्या टर्निंगवरून या टर्निंगवर फिरता
किती पाय दुखविता?
किती हात हलविता?
पोटासाठी हातपाय हलविणे यालाच म्हणतात का?
पेहरावावरून तुम्ही भटके वाटता
कोणाला दोष देऊ?
काहीच कळत नाही.
☐

सगळ्यांच्या कमाईवर प्रश्नचिन्ह लावत बसलो तर
मीच थकून जाईन
कोणाला दोष देऊ?
कोणाला दोष देऊ?
म्हणत राहिलो तर
दोषीच लपून राहील
मजेत खाईल

थोडे तरी ज्ञान पाजळले पाहिजे
काहीतरी युक्ती लढविली पाहिजे
दोषी हुडकून सडकला पाहिजे
न्याय्य जीवनासाठी जग बदललं पाहिजे.
■

भेदभाव

आपलीच कूस
प्रसवते भेद
आहे आता खेद
जनीमनी ||१||

जो तो जोपासतो
आपलेच हित
करतो अहित
इतरांचे ||२||

कसे सांगू दैन्य
किती सांगू व्यथा
दारिद्र्याच्या कथा
वस्तीभर ||३||

काटेच पायात
रुतून बसले
जीवन हसले
न कधीही ||४||

अन्यायाची बाजू
कोणीतरी घेतो
म्हणून असतो
भेदभाव ||५||

पृथ्वी

मी शोधून काढलीत
पृथ्वीची कलेवरे
फिरणाऱ्या पृथ्वीवर
तुमच्या परंपरा थबकतात
☐
मला हात लावण्याचा विचार
मनात आणू नका
मी जिथे उजेड पाडतो तिथे
अंधाराचा मुक्काम लांबवू नका
नाहीतर तडकून जातील
तुमच्या भ्रमाचे भोपळे
☐
माझ्या बुबुळातला बुध्द
माझ्या किरणांतला कर्ण
प्रथम पचवा
माझ्या बळाचा वापर मला
चांगल्या कामासाठी करू द्या
चांगभलं होऊ द्या पृथ्वीवरील प्राणिमात्रांचं
हाच आहे निसर्गदत्त कल्याणमार्ग
बुध्दमार्ग!
■

बा! आंबेडकरास...

तू पेरलेल्या सुरुंगाचा स्फोट करावा
अन् होऊन जाऊ द्यावे
एकदाचे विषमतेचे युध्द
मी सुरुंगाची फेरतपासणी केली
भोकातले बारुदच विकून खाल्ले भडव्यांनी!
सुडके स्साले!
हात मिळवणी करून दोग्ले
बिनबुडाचे चंबू
यांच्या पोटातले पाणीही हलत नाही
अन् गरमही होत नाही प्रयोगशाळेत
बा! आंबेडकरा...
तू आहेस तुझ्या विचारात
पण तू काहीच करू शकत नाही
मी काही करीन म्हणतो तर
मीच काही नाही!

■

गुलामांच्या घरी

स्वातंत्र्य समता
हीच मूल्ये खरी
गुलामांच्या घरी
नांदे दुःख ||१||

जो तो विचारतो
पहिल्यांदा जात
करू कशी बात
बंधुतेची? ||२||

झाली अशी कशी
बेहाल जनता
आली विषमता
कोणामुळे? ||३||

सगळ्यांना हवा
स्वातंत्र्याचा हिस्सा
बंद करू किस्सा
लुटण्याचा ||४||

लोकशाही राष्ट्र
उभे करू सारे
धर्मातीत वारे
वाहू देऊ ||५||
∎

सिंहावलोकन

कितीही ओरडा
परिस्थिती तिच्या कलाने कड बदलते
बदल असा असतो
बदल तसा होतो
असे परिस्थितीला खूप सांगून पाहिले
ती दुसऱ्याचे ऐकत नाही
कोणी स्वतःवर बरीवाईट परिस्थिती ओढवून घेतो म्हटलं तर
ती नाही म्हणत नाही
परिस्थितीवर स्वार होणारी माणसे
डार्विनच्या थेअरीत चपखल बसतात
सिलेक्शन ऑफ द फिटेस्ट तर सगळीकडेच आहे
हे विसरू तर मरू
चांगली वाईट परिस्थिती तर सर्वांनीच पाहिली आहे
परिस्थितीचा सापेक्ष कार्यकारणभाव जो ओळखतो
तोच पुढे जातो
बाकी मागे पडतात
दुःख आहे तर
दुःख दूर करण्याच्या मार्गावरून का चालत नाही?
सुख अनित्य आहे हे का समजून घेत नाही?
दुःखाची बारा कारणे दूर तर करून पाहू
गुणात्मक बदल, संख्यात्मक बदल
कसा असतो?
कसा होतो?
हे समजले नाही तर ज्ञानाचा उपयोग काय?

परिस्थितीचे ज्ञानच तर महत्त्वाचे आहे
वस्तुस्थितीचे आकलनच तर आपल्या विचाराची, वर्तणुकीची
दिशा ठरवत असते
नुसता बदल काहीच कामाचा नसतो
गुणात्मक बदलासाठीच तर जीवाचे रान करायचे असते
परिस्थितीला अनुकूल करण्यातच पुरुषार्थ असतो
परिस्थितीपासून पळ काढणाऱ्यांना हे जग जगू देत नाही
किती पिढ्या आपल्याला ज्ञान देऊन गेल्या
तरीही आपण अज्ञानातच
आपले अज्ञान कोणाचे भले करते?
एवढा एक प्रश्न तरी स्वतःला विचारून पाहूया
अज्ञानामुळे याचेही उत्तर मिळेल की नाही, शंकाच आहे
ज्ञानाचे सोंग संघटित नाही
परिस्थितीशी लढतो म्हटले तर साधने नाहीत
वावटळीने, वादळाने होणारे बदल चांगलेच असतात असे नाही
दुसऱ्यात बदल करायचा आहे की
स्वतःत बदल करायचा आहे
हेही आपले निश्चित नाही
जे आहे त्यात समाधान नाही
जे नाही त्यात दुःखी आहोत
आपल्याला नेमके कुठे जायचे आहे?
क्षितिजावर !
आपले नेमके ध्येय्य काय आहे?
चार पैसे कमावून पोट भरणेच तर कठीण झाले आहे
आभाळाएवढे ध्येय आपल्याला सुखाने जगू देईल का?
लहान तोंडी मोठा घास घेऊ नये म्हणतात
मी निघालो मनमानी करायला

माझ्या अपूर्ण इच्छा पूर्ण करायला
माझे शरीर तरी माझ्या मनाचे ऐकते का?
नुसताच बोभाटा
परिणामाचा पत्ता नाही
पुढे पुढेच जायचे असते की मागेही फिरून पाहायचे असते
वैशालीला निरोप दिल्यावर तथागताने सिंहावलोकन केले म्हणतात
लढाईची भाषा आपण बोलतो
आपण आपला फौजफाटा तपासून का पाहत नाही?
कंट्रोलचे गहू तांदूळ खाऊन
आपण दारासिंगला तर कुस्तीचे आवाहन देत नाही ना !
हवेच्या एकाच झोक्याने
फुलपाखरासारखे आपले पंख तर उडून जाणार नाहीत ना !
फक्त दुसऱ्याच्या चुका शोधण्याची आपल्याला सवय तर लागली नाही ना !
आमचे शत्रू किती?
आमचे मित्र किती?
आमचे ज्ञान नित्य आहे की अनित्य !
आमचे ज्ञान अंतिम तर नाही ना !
आम्ही याला त्याला शिकवतच राहणार आहोत की शिकणारही आहोत
आपण किती मार्गावरून चालणार आहोत?
भटक्या-विमुक्तांचे जीवन किती खडतर असते, माहीत आहे ना !
डॉ. बाबासाहेब आंबेडकरांनी दिलेला भगवान बुध्दाचा एकच मार्ग
भगवान बुध्दाचे एकच ध्येय्य तर जीवनभर पुरून उरते !

■

चाल आता मानवा

राग सोडू द्वेष सोडू चाल आता मानवा
मुक्त होऊ शुध्द होऊ चाल आता मानवा

खूप झाली जातवारी थांब थोडे माणसा
जात तोडू पात तोडू चाल आता मानवा

एकतेच्या भावनेची होत राहो घोषणा
देश जोडू भाव जोडू चाल आता मानवा

अर्धपोटी माणसाच्या चेतवाया चेतना
तत्त्व शोधू ज्ञान शोधू चाल आता मानवा

वार झेलू मार सोसू चाल पाहू वेदना
विषमतेची भिंत फोडू चाल आता मानवा

■

देशबांधव

माणूस मनाचं ऐकतो की मेंदूचं,
की दोहोंचही?
थोडं किचकट आहे
शरीर मनाला सांगते, मन शरीराला सांगते
दोघंही आपसात भांडून
कधी चांगले तर कधी वाईट कामे करतात
माणूस पुढे जाऊ नये असे माणसाच्या मनाला वाटते की मेंदूला,
की दोहोंनाही?
ही पुढं जाण्याची, मागं ओढण्याची स्पर्धा कुणी सुरू केली?
पुढे असणारे पुढे जात आहेत
मागे असणारे मागे जात आहेत
मागे असणाऱ्यांना मागे नेणारे गतीचे उलटे नियम कुणी बनविले?
प्रार्थनेच्या वेळी
पुढे असणाऱ्यांना मागे
मागे असणाऱ्यांना पुढे करण्याची
समसमान आर्थिक रांग का लावली जात नाही?
ही वर्णजातीय उंची कमीजास्त कुणी केली?
स्वतःच स्वतःची उंची वाढवायची असते
दुसऱ्याला आपली उंची कमी करू द्यायची नसते
पूर्वी चूक झाली
आता ही चूक दुरुस्त करायला किती पिढ्या कामी येतील, सांगता येत नाही
गुलामी लादणाऱ्यांनी गुलामी लादतांना विचार केला असेल की नाही?
आपली विचार करण्याची सवय कुठे गेली?
हे विचारदारिद्र्य किती शतकांपासून आपण जोजवत आहोत?

या विचारदारिद्र्याच्या गर्भातूनच
गरिबी, भूक, अब्रूलूट जन्माला आली
प्रतिगामी मालक आणि पुरोगामी गुलाम यांच्यातील शीतयुध्दावर
हे जग उभे आहे
निसर्ग जगाला आहे तसे राहू देत नाही
गरिबी, भूक, अब्रूलूटही व्यक्तीसापेक्ष बदलत आहे
गरिबी नित्य आहे, अनित्य आहे की सापेक्ष?
भूक नित्य आहे, अनित्य आहे की सापेक्ष?
अब्रूलूट नित्य आहे, अनित्य आहे की सापेक्ष?
माणूस आपल्या हिताला कायम करण्यासाठी
अनित्याला नित्य, सापेक्षाला निरपेक्ष
बनविण्यासाठी तर जगत नाही?
दुसऱ्याच्या अविद्येत स्वतःचे हित साधणाऱ्यांना काय म्हणावे?
देशबांधव...?

∎

हीरक

७५ वा स्वातंत्र्यदिन तुझा
चौकाचौकात देशभक्ती रुजवत आम्ही साजरा केला
७५ वर्षांच्या दीर्घायुष्यात
तू काही ना काही काहींना दिले
काहींना श्रीमंती दिली
काहींना चक्क दारिद्र्य रेषेचे कार्ड दिले
काहींना आरोग्य विकत घेण्याची कुवत दिली
काहींना दिले कुपोषण
बहुसंख्याकांना दिली सत्ता
सत्तेची झळ सोसण्यासाठी कुणीतरी हवे असते
दिले सोडून आम्हाला तसेच सत्ताहीन
ही बहुमताची लोकशाही
आमच्या अल्पमताची मतमोजणी कशी करणार?
७५ वर्षांचा आमचा सत्तासंपत्तीचा ग्राफ कायम डाऊनट्रेंडमध्ये
अपट्रेंड तर सोडाच साधे करेक्शनही नाही
हे हजारो वर्षांचे आमचे मॅनिप्युलेशन तुला थांबवता येऊ नये
याचेच नवल वाटते
गुलामीत आणि स्वातंत्र्यात काही फरक आहे की नाही?
आम्ही स्वतंत्र आहोत की गुलाम?
ते तरी आम्हाला एकदाचे सांगून टाक !
गुलाम असलो तर
कमीतकमी स्वातंत्र्यासाठी तरी हातपाय हलवता येतील
स्वातंत्र्याच्या उजेडात असे वटवाघुळासारखे आम्हाला लोंबकळत ठेवू नकोस
कधी ना कधी सत्य बाहेर येणारचं आहे
तेव्हा तू काय करशील?

तुझी मान शरमेने खाली झुकावी असे आम्हाला कधीच वाटत नाही
तू उंचच उंच भरारी घे !
आम्हालाही भरारी घेण्याचं शिकवं, संधी दे !
आम्ही तुला निराश करणार नाही
अवघ्या एकतीस वर्षात जगावर जागतिक मंदी आली
गॅट, डंकेल, जागतिकीकरण कराराच्या कोणत्या चोरकप्प्यात लपून बसलेत?
तू तुझी कल्याणकारी राज्याची संकल्पना सोडू नकोस.
मंदीतून बाहेर पडण्याचं ते अस्त्रशस्त्र आहे
तू धर्मनिरपेक्षतेला सोडून
सर्वधर्मसमभावाच्या भरवशावर राहू नकोस
भरवसा अनित्य आहे
चुकलो की भविष्यात पश्चाताप करण्याची वेळ येते
धर्म धर्माचाच विचार करतो
प्रत्येक धर्म तुला आपल्या बाजूने झुकविण्याचा प्रयत्न करतो
कुणा-कुणापुढे तू झुकशील?
धर्मा-धर्मातील भांडणं तुला धर्मनिरपेक्ष तत्त्वानेच सोडवायची आहेत
तू धर्मांपुढे झुकला की लोकशाही संपलीच म्हणून समज !
धर्म धर्माचे अस्तित्व जपतो
तू तुझे अस्तित्व जप !
तू खूप मोठा, विशाल आहेस
तुला हे सगळं सांगण्याची गरज वाटली म्हणून सांगितले
कारण
तू माझा भारतदेश आहे !
■

युध्दाची ही वेळ

समाधान आहे
जगण्याचे फक्त
जागोजागी रक्त
आटलेले ॥१॥

जगावे लागते
दिवसं पाहून
वादळं झेलून
वस्ती ताठ ॥२॥

नरडी घामाचे
घेऊ दिले घोट
मागतात ओठ
आता पाणी ॥३॥

त्याला ते मिळाले
मला ते का नाही?
घेतो कोण ग्वाही?
वाटणीची ॥४॥

पिढी दर पिढी
होत आली लूट
कुचकामी सूट
पदरात ॥५॥

हितसंबंधाचे
संघर्ष सगळे
झालोत वेगळे
आपसात ॥६॥

तीच जुनी नीती
तीच जुनी मनं
लक्तरली तनं
आमचीच ॥७॥

आता तरी ऊठ
युध्दाची ही वेळ
शिकारीचा खेळ
आहे सुरू ॥८॥
■

संदर्भ २६ जानेवारीचा

२६ जानेवारी
माझ्या मायच्या फाटक्या पदरातून स्पष्ट दिसणारी
लहान पोरीच्या चिमुकल्या टाळूवर मोळीच्या वजनाएवढी जड झालेली
माझी माय गोवत असलेल्या बिडीच्या तंबाखूत बंदिस्त झालेली
अन् सिगारेटच्या थोटकात खाक झालेली
२६ जानेवारी एकमेव अन आपण असंख्य

२६ जानेवारी
आजपर्यंत कोसळली नाही कुणाच्याही छप्परावर
हिरोशिमा नागासाकीसारखे केले नाही तिने शहरं उद्ध्वस्त
पंजाबसारखे बळी घेतले नाही तिच्या सलामी तोफांनी
किंवा आग लावली नाही धर्मग्रंथांच्या एकाही अक्षराला

टीव्हीच्या दुसऱ्या वाहिनीवर शिरजोर झालेली
२६ जानेवारी
बेलछी, पीप्रा, लिंबोणी, आव्हाने, लोहारा येथील दलित वस्त्यांवर
आग पाखडत आहे
काळजावर अशोक चक्राएवढे छिद्र पाडत आहे

काचेच्या घरात राहत असलेली
२६ जानेवारी वर्षातून एकदा दिसते लाल किल्ल्यावर
अन् तिला आपण शिव्या देत राहतो
२६ जानेवारी
सुख दुःखासहीत आपल्या वस्तीत पोट भरायला आली तर...!

■

पर्वताची स्थितप्रज्ञता

मी कधीच अश्रू ढाळत नाही
अश्रूंची फुले माझ्या बागेत कधीच उगवली नाहीत
मी सतत लढत असतो
मी सूर्याची पर्वा करीत नाही
चंद्रकोरीवर बसलेल्या शत्रूंना जुमानत नाही
मी तारकांना पाहतो
त्यांच्या मोहात पडत नाही
मी पर्वताच्या स्थितप्रज्ञतेवर बसतो
माझ्या पोटातील हवेवर मी समतेचा झेंडा रोवतो !
मी या कुशीवरून त्या कुशीवर लोटांगण घालत नाही
दुसऱ्यांना लुटून माझ्या घराचे नाव ठेवत नाही
निसर्ग सांगतो मला मी वाईट की चांगला आहे
माझ्या पापण्यातील फडफड मी समजू शकतो
माझ्या जागृत डोळ्यातला अंधार मी ओळखू शकतो
मी उगीच वाघासारखी डरकाळी फोडत नाही
माझ्या दोन दातात आपोआप फट पडली नाही
मी माझ्या शत्रूंना
माझ्या मनात कधीच इमारत बांधू दिली नाही
त्यांचे कल्पनेतले मनोरे खचतात
माझ्या विचारांना ते दोष देतात
मी काय करू?

∎

बाजारबुणगे

वाढती महागाई
वाढती बेरोजगारी
वाढता कुटुंबाचा भार
परवडणारा नाही
माणसाला !
☐

वाढते प्रदूषण
वाढते आजार
वाढता उपचाराचा खर्च
परवडणारा नसतो
आरोग्याला !
☐

वाढती धर्मांधता
वाढती जातीयता
वाढता वर्णवंशभेद
परवडणारा नसतो
राष्ट्राला !
☐

वाढती आर्थिक, राजकीय विषमता
वाढती सामाजिक, सांस्कृतिक दरी
वाढता भेदभाव
परवडणारा नसतो

समाजाला !
☐

वाढते दारिद्र्य
वाढते कुपोषण
वाढत्या झोपडपट्ट्या
परवडणाऱ्या नसतात
लोकशाहीला !
☐

हे वाढीचे सूत्र
कोणत्या गणिताच्या पुस्तकात आहे?
हा वाढीचा दर कोणाच्या हातात आहे?
या ढेरपोट्या वाढीला
बारीक करण्याचे औषध कुठे आहे?
ही अधोगतीची पोटफुगी
परवडणारी नाही
गोरगरिबांना !
☐

आपलाच घोडा पुढे दामटणाऱ्या
या घोडेबाजारातील बाजारबुणग्यांचे
खोगीर आता जप्त केले पाहिजे
समताभक्त सैनिकांच्या छावणीत
डेरेदाखल झालं पाहिजे
उद्याचा विचार करणाऱ्यांची
साथ सोबत केली पाहिजे

आपले भविष्य आपण नाही घडविणार
तर कोण घडविणार?
बाजारबुणगे...!

मार्ग तो बुध्दाचा

दुःखाला सोडून
पाहतो म्हटलं
मन भटकलं
संसारात ॥१॥

जगतो म्हटलं
सुखाला धरून
जातात पळून
सुखक्षण ॥२॥

सांगते जीवन
सोडा हा राग
मनाचा तो भाग
शुध्द करा ॥३॥

ऐकतो रोजच
बरा नव्हे द्वेष
जागवतो क्लेश
अंतर्मनी ॥४॥

मार्ग तो बुध्दाचा
आहे पाहा खरा
निर्मळ तो झरा
निर्वाणाचा ॥५॥

∎

गर्दी

किती दिवसापासून रस्त्यांवर धावणाऱ्या या गर्दीचा
चेहरा ओळखण्याचा प्रयत्न करतो
एका ठिकाणावरून दुसऱ्या ठिकाणी जाण्यासाठी
ही गर्दी धावत आहे
या रस्त्यांवरून
सगळ्या धर्माची
सगळ्या जातीची
सगळ्या पंथाची-वंशाची आणि
गरीब-श्रीमंत माणसे
गर्दीत मिळून मिसळून एकत्रित धावत आहेत
या धावत्या गर्दीला कोणतातरी एखादा धर्म
डकवून पाहावा म्हटलं तर
ही गर्दी थांबायलाच तयार नाही
किती धर्माचे रेड सिग्नल लावल्यावर
ही गर्दी थांबेल?
ही गर्दी कोणाचा उपदेश ऐकत नाही
धावत्या नजरेनं फक्त जाहिराती पाहते
या धावत्या गर्दीला मिनीटभर थोपवू शकतो
फक्त ट्रॅफिक पोलीस
अगोदरच ही गर्दी त्रस्त आहे
रस्त्याच्या शॉकअपमुळे!
इंधनाच्या दरवाढीमुळे!
जीवनातील झटके सोसत धावत आहे ही गर्दी
या गर्दीला धावते तशी धावू दिले तर बरे
नाहीतर ही गर्दी सैरभैर व्हायला वेळ लागत नाही

एखादे नावही देता येत नाही या धावत्या गर्दीला
ही गर्दी सापेक्ष आहे
आपल्या धावत्या जीवनाचा
जीवनातील सर्वच गोष्टींचा सापेक्षपणे विचार
आपणही का बरं करू नये?
ही गर्दी गर्दीत असेपर्यंत सगळेकाही विसरून असते
ही गर्दी एकदा घरी गेली की सगळी जळमटं उफाळून येतात
डोकं फिरवायला टीव्ही तर असतोच
मोबाईलही काही कमी नाही
वरून यूट्यूबचे व्हिडिओ आहेतच
गर्दीला विचार नसतो म्हणतात
मग ही अविचारी गर्दी कुठे जाऊन विचारी होते?
∎

जग

मला न कळलं
जगाचं गाडगं
हातात वाडगं
लुटल्याचं ॥१॥

पाहिले मी जगी
खूप वाकलेले
खूप झुकलेले
स्वार्थभोगी ॥२॥

आनंदाने जगू
नको मनस्ताप
उगीचाच ताप
अंतर्मनी ॥३॥

आपल्याच हाती
आपलेच हित
कुणाचे अहित
होऊ नये ॥४॥

शुध्द करू मन
होई जग शुध्द
एकलाच बुध्द
ध्यानीमनी ॥५॥
■

आपली लढाई

ओळखीचे शत्रू
तरीही फसतो
लुटून असतो
अहोरात्र ||१||

जगू कसेबसे
जगतच आलो
सापडत गेलो
सापळ्यात ||२||

आपल्या वाट्याला
आले डावपेच
नाही शिरपेच
डोक्यावर ||३||

जो तो आपल्याला
पाहतो वापरू
आपले लेकरू
हातीबोटी ||४||

जीवनाची ओढ
आहे ज्याला त्याला
ओंजळीचा प्याला
रिकामाच ||५||

लोटांगण घाली
फुगलेले पोट
नरडीचा घोट
शत्रू घेई ॥६॥

कसा हा स्वार्थ
कशी ही लाचारी
होईल विचारी
गावकुसं ॥७॥

आपली लढाई
लढणार कोण?
मैदानात द्रोण
उभा पुढे ॥८॥

वेळीच सावध झालेले बरे

तंत्रज्ञान आणि अध्यात्माची
विचित्र सांगड असलेला
हा फॅसिझम
यंत्रांची
शस्त्रास्त्रांची पूजा करतो
बहुसंख्याकांना स्वतःभोवती एकवटण्यासाठी
अल्पसंख्याकांना पायदळी तुडवितो
तसे पाहिले तर हा फॅसिझम कोणाचाही दास नाही
दुसऱ्यांना मात्र आपला दास बनवितो
मरणोन्मुख व्यवस्थेला आपल्या जडीबुटीने जिवंत ठेवतो
हा फॅसिझम अजिंक्य वगैरे काही नाही
तो इतिहासात पराभूत झाला
वर्तमानातही त्याचा पराभव निश्चित आहे
रक्ताची होळी खेळल्याशिवाय तो मरत नाही
तो भितो
स्त्रियांच्या संघटित विरोधाला
लोकशाहीवादी जनशक्तीला
लूट त्याचा स्वभावधर्म आहे
त्याचा एक पाय जमिनीवर तर
दुसरा पाय उपग्रहावर आहे
तो लढवतो माणसांना आपापसात
सांस्कृतिक साधनांचा तर तो मालकच आहे
बाजाराला मुठीत घेण्यासाठी तो युध्दही करू शकतो
बुध्दीवादी माणसाला तो ठार करू शकतो
तो आहे क्रूरकर्मा

शांतीचा विरोधक
हिंसेचा पुजारी
त्याच्या जन्मदात्या बापाला मुसोलिनीला
भररस्त्यावर केले लोकांनी ठार
त्याच्या भक्ताने हिटलरने
केली आत्महत्या तळघरात
जपानने सोडला नाद त्याचा
हिरोशिमा नागासाकीचा विध्वंस पाहून
तो जगू देत नाही जनतेला सुखाने
आम्हाला होऊ द्यायचा नाही
आमच्या देशाचा इटली, जर्मनी किंवा जपान
समता, स्वातंत्र्य, बंधुता, न्याय व अहिंसा
हीच संविधानिक मूल्ये पुरेशी आहेत
आम्हाला जगण्यासाठी!
आम्हाला प्रिय आहे आमची कल्याणकारी राज्याची संकल्पना
आम्हाला शिरोधार्य आहे आमची वैज्ञानिक धर्मनिरपेक्षता
आम्हाला महत्त्वाचे आहे मानवीय भारतीयत्व
मानव विकास आहे आमचा राष्ट्रधर्म!!
या दुष्ट फॅसिझमचे पाय आपल्या देशात धुऊ नका रे!
आपली बसण्याची ओसरी त्याला देऊ नका रे!
आपला देश हुतात्म्यांचा देश आहे
आपला देश महात्म्यांचा देश आहे
आपला देश संतांचा देश आहे
आपला देश सुधारकांचा देश आहे
आपला देश क्रांतिकारकांचा देश आहे
आपला देश तत्त्वज्ञान्यांचा देश आहे
आपला देश साहित्य सम्राटांचा देश आहे

आपला देश कवी, महाकवींचा देश आहे
आपला देश कलावंतांचा देश आहे
आपला देश वैज्ञानिकांचा देश आहे
आपली संस्कृती भारतीय आहे
फॅसिझमच्या विशालकाय जबड्यात हे सगळं झोकून देऊ नका रे!
शेवटी!
शोकात्मिक अंताशिवाय काहीच पदरात पडणार नाही आपल्या वेळीच सावध झालेले बरे!

■

विषमता

कसे करू बंद
गरिबीचे दार
खरा उपचार
रोजगार ॥१॥

ही वेठबिगारी
नांदते सुखात
जगते दुःखात
माणुसकी ॥२॥

व्यथा वेदनांनी
व्यक्त व्हावे कसे?
अधांतरी असे
भवितव्य ॥३॥

कसा हा समाज
कशी ही व्यवस्था
झाली दुरवस्था
चहूकडे ॥४॥

कुठे ती बंधुता
कुठे ती समता
उभी विषमता
जन्मोजन्मी ॥५॥

संस्कृतीची लढाई

स्वतःभोवती पोलादी कवच उभारून
ते निघाले युध्द मोहिमेवर
ते त्यांच्या अभेद्य किल्ल्याला खिंडार पाडू देत नाहीत
चुकून आपण जवळ गेलो तर
चोपकारून ठेवतात आपल्याला कुंपणावरच
त्यांची दारे आपल्यासाठी बंद होती पूर्वीही
अन् आहेत आताही
आपला छूटपूट हल्ला ते
चुटकीसरशी परतवून लावतात
आपण त्यांचे वर्चस्व मान्य केले की
ते करतात आपले कौतुक तात्पुरते
कोर-कुटका पदरात टाकल्याचे
औदार्यही दाखवतील ते कदाचित
ते त्यांचे हल्ले समजू देत नाहीत आम्हाला
शांतपणे हिसकावून घेतात ते
सगळं काही आपल्या जवळून
खऱ्याचं खोटं अन् खोट्याचं खरं
करण्याची कला अवगत नाही आम्हाला
पिढी दर पिढी फसतच आलो
गावकुसाबाहेर हकलेपर्यंत लुटू दिले आम्ही स्वतःला
कोणत्या काजळाने आमचे डोळे काळे झाले?
वेळीच कळले नाही आम्हाला
इतरांना अनुकरण का करावे वाटते त्यांचे?
असे कोणते गुण आहेत त्यांच्याजवळ?
जे आमच्या गुणांना अवगुणी ठरवतात

ते त्यांच्या युध्दाला कधीच विराम देत नाहीत
त्यांचे डावपेचात्मक हल्ले गारद करतात आम्हाला
प्रतिहल्ला करण्याचे प्रशिक्षण का घेत नाही आम्ही?
कधी येणार आमच्यात संघटनात्मक शिस्त?
कधी कळणार आम्हाला एकीचे बळ?
ते लढतात त्यांच्या संस्कृतीची लढाई
विजयासाठी वापरतात ते सर्वच साधने
ते करतात फितुरांना अगोदर जवळ
आमच्या संस्कृतीच्या भौतिक पायावर त्यांनी सुरू केले हल्ले
प्राणपणाने जतन करावी लागेल आम्हाला आमची संस्कृती
संस्कृती धारातीर्थी पडली की सगळेच संपले समजा!

■

भूकंप

माझ्या वस्तीतले अंधारगाडगे लाव्हारसाने खदखदत आहे
आमच्या पोटातच भूकंपनाभी आहे
आमच्या धक्क्यांनी तुमच्यावर आपत्ती येऊ शकते
नैसर्गिक बदलाही आमचे समाधान करू शकत नाही

☐

माझ्या वस्तीला उगीचच बदनाम करू नका
गरिबांच्या झोपडीला बुजगावणे समजू नका
तुम्ही पिकलेल्या शेताची मालिश करून घेतली
आता आमच्या हाताने कापणीही करून पाहा

☐

माझ्या वस्तीला तुम्ही ओळखूच शकत नाही
नामांतराची रांगोळी आम्ही कधीच काढणार नाही
खूप झाला अवलाईपणा
भडभुंज्यांना वंदन करण्यातच वस्तीचं तारुण्य ओसरलं
रसदीवर डोळा ठेवणाऱ्यांचे युध्दात लक्ष लागत नाही

☐

माझ्या वस्तीतली पोरं कालची नाहीत
विचारांची खोडं आहेत
भूकंपाच्या कोवळ्या वयावर तुम्ही जाऊ नका
तुमच्या आयुष्याच्या इमारतीच ढासळून जातील

■

वेचलेले कागदी पुरावे

गल्लीबोळात सांडलेल्या कागदाच्या रद्दी चिटोऱ्यांना
एकत्र करतांना...
मी तुला दररोज पाहत असतो
या देशातील प्रत्येक बहिणीची व्यथा पाहून
दरक्षणी पेटत असतो
पोटाची आग विझविण्यासाठी तू चालविलेली धडपड
तुझे हे दिवस...
आईबापाच्या मायेत घालविण्याचे
मी अद्याप तुझी कथा, व्यथा समजू शकलो नाही
☐

तू वेचत असलेल्या गल्लीतील चिटोऱ्याने
माझ्या पायाला येऊन धडक मारली...
मला एकदम तुझी आठवण झाली
त्यात तुझी शोकांतिका दडली होती
☐

कागदाच्या चिटोऱ्यावर जागून
एक एक दिवस वाढणारं तुझं आयुष्य
त्यावर रोखलेल्या अनेक नजरा
आता तुला थोपवाव्या लागतात
पोटाची आग विझविण्यासाठी
☐

वर्तमानपत्र उघडताच तुझी लाश पाहून
धावत सुटलो...
तू कागद वेचत असलेल्या गल्लीत
प्रत्येक कागद तुझ्यावर झालेल्या अन्यायाची
बेसूर धून हवेच्या लहरीवर प्रक्षेपित करीत होता
अन् प्रत्येक कागद न्यायालयात
पुराव्यासाठी येतो म्हणत होता.
■

प्रकल्प

माणसांच्या लवसडीत हरवलेला माझ्या डोळ्यातील निशिगंध
मला दिसत नाही उपग्रहावरील लवाजमा शोध घेताना
माझ्या आयुष्याचा पायवा पाण्यात बांधण्यात आला
पोहता येत नाही मला मुक्या जनावरासारखे व्यवस्थेच्या समुद्रात
उचकी लागलेले माझे आयुष्य बेजार झाले पाण्याच्या बेटावर
सिग्नल देऊनही सिग्नलकडे कानाडोळा करतात इथल्या ॲम्बुलन्स
वन वे वर सांडत असलेले माझे तिखट अश्रू
सावध असतात तहानलेली श्वानपथकं
काळया पाण्याची शिक्षा ठोठावणारी लोकशाही
फुटपाथवर बसून न्याय करीत नाहीत न्यायाधीश
कोऱ्या कागदावर केलेले स्पॉट इन्स्पेक्शन
फाईलबंद करतात दारिद्रय रेषेखालील प्रकल्प
पेंडींग असतात गावकुसाचे बजट
सडक नसते पायाखाली आमच्या
पॉप संगितावर डान्स करणारी अनवाणी भूक
झाका लागत नाही एअर कंडीशन फुलांना
झाव लागत नाही देवळातील देवांना कधीच
धर्मग्रंथाचे तापमान मोजता येत नाही सेल्सीअसमध्ये
धर्माची नशा असते ड्रग्जसारखी
कुणाच्याही सहानुभूतीला विकत घेऊ शकते आपल्या हक्काची जाणीव
समतेच्या वर्तुळात घुसवता येत नाही दया, माया, करुणा
स्वातंत्र्याचा पारा गोठवता येत नाही आईस्क्रीमसारखा
पार्सल होत नाही बंधुता
मला दिसत नाही उपग्रहावरील लवाजमा शोध घेताना

■

प्रवाही

प्रवाहित आहे
जीवन आपले
मग का आटले?
अर्थस्त्रोत ||१||

प्रवाहित आहे
ओढे नदी नाले
पाणी कसे गेले
डबक्यात? ||२||

प्रवाहित आहे
वस्तू तन मन
निसर्गाचे धन
अनमोल ||३||

प्रवाहित आहे
सत्ता थाटमाट
चालणार वाट
समतेची ||४||

साचेबध्द आहे
वर्ण जात धर्म
होईल का कर्म?
प्रवाहित ||५||

■

गती

ही झाली कोंडी लढतांना
मी पाहिले लोक हरतांना

डावलण्याचा झाला गुन्हा
पुन्हा पुन्हा झाला गुन्हा
चूक आमची ओरडण्याची
मी पाहिली निती मरतांना

जगण्याइतके हुशार झालो
लढण्याइतके तयार झालो
डावपेचात अडकली गती
मी पाहिले भेद तुटतांना

दिशा आमची चुकून आहे
नशा आमची थकून आहे
मागे मागे चालत गेलो
मी पाहिले पाय कटतांना

पाऊल पुढे जपून टाकू
जाळे तोडू दावं टाकू
भेदून डाव पुढेच चालू
मी पाहिले हात जुळताना

■

प्रकाशित साहित्य :

१. आखरीचं तुव्हच सडान चिबविन : वैचारिक अर्थमीमांसा (समीक्षा)

२. आंबेडकरवादी कविता - आकलन व अर्थमीमांसा (समीक्षा)

३. एवढेच फक्त सांगता येते (कवितासंग्रह)

www.ingramcontent.com/pod-product-compliance
Lightning Source LLC
LaVergne TN
LVHW090056230825
819400LV00032B/755